# खडे आणि ओरखडे

द. मा. मिरासदार

मेहता पब्लिशिंग हाऊस

✆ +91 020-24476924 / 24460313

Email : info@mehtapublishinghouse.com

production@mehtapublishinghouse.com /sales@mehtapublishinghouse.com

Website : www.mehtapublishinghouse.com

**KHADE ANI ORKHADE** by D. M. MIRASDAR

**खडे आणि ओरखडे : द. मा. मिरासदार / विनोदी कथासंग्रह**

द. मा. मिरासदार

१२६०, अक्षय सहनिवास, तुळशीबागवाले कॉलनी,

सहकारनगर नं.२, पुणे - ४११ ००९

© सुनेत्रा मंकणी

प्रकाशक : सुनील अनिल मेहता, मेहता पब्लिशिंग हाऊस,
१९४१, सदाशिव पेठ, माडीवाले कॉलनी, पुणे ४११०३०.

मुखपृष्ठ : शि. द. फडणीस

प्रकाशनकाल : पहिली आवृत्ती : जानेवारी, १९९७ / डिसेंबर, २००३ / २००७
मेहता पब्लिशिंग हाऊस, पुणे यांची
चौथी आवृत्ती : मार्च, २०११ / नोव्हेंबर, २०११ /
सप्टेंबर, २०१३ / पुनर्मुद्रण : ऑक्टोबर, २०१६

P Book ISBN 9788184982329

E Books available on : play.google.com/store/books
m.dailyhunt.in/Ebooks/marathi

सर्वपक्षीयांच्या आदरास
पात्र झालेले थोर नेते
श्री. अटलबिहारी वाजपेयी यांना

त्यांची स्वदेशप्रीती, वक्तृत्व, कविमन, विनोदबुद्धी –
सर्वच मोह घालणारे आहे!

# खडा मारण्यापूर्वी

खरे म्हणजे राजकारण हे काही माझे क्षेत्र नाही. मी राजकीय पक्षाचा कार्यकर्ता नाही. दैनंदिन राजकारणाशी माझा प्रत्यक्ष असा संबंध काहीच नाही. राजकारणात तसा मला विशेष रसही नाही. दैनंदिन वृत्तपत्रे वाचून आणि क्वचित प्रसंगी राजकीय नेत्यांची भाषणे ऐकून सामान्य माणसाला जे काही राजकारणाचे ज्ञान होते, तेवढेच माझेही ज्ञान आहे; पण माझा पिंड विनोदी लेखकाचा आहे. माणूस नावाच्या प्राण्याबद्दल मला प्रचंड कुतूहल आहे. राजकारणातील माणसाकडेही मी याच कुतूहलाने पाहतो. त्यामुळे या क्षेत्रातल्या अनेक प्रकारच्या विसंगती आणि हास्यकारक घटना, वक्तव्ये याकडे माझे लक्ष जाते. त्यातूनच या स्वरूपाच्या लेखनाचा किंवा टीकाटिप्पणीचा जन्म झाला.

तसे हे लेखन मला नवे नाही. श्री. ग. वा. बेहरे यांच्या 'सोबत' साप्ताहिकात मी अनेक वेळा राजकीय उपहासात्मक आणि विडंबनात्मक लेखन केले आहे. फक्त ते निनावी किंवा टोपणनावाने केले होते. अशा निनावी लेखनात लेखकाला भरपूर स्वातंत्र्य असते. एखाद्याची टिंगलटवाळी मनसोक्त करता येते; पण तरीही एक मर्यादा मी नेहमीच पाळली. व्यक्तिगत चारित्र्यहनन किंवा निंदानालस्ती मी कधीच केली नाही. त्या प्रकारचा विनोद मला मान्यच नाही. 'खडे आणि ओरखडे' हे सदर तर माझ्या नावानिशी मला लिहावयाचे होते. त्यामुळे तर याबाबतची माझी जबाबदारी मोठी होती. ही मर्यादा सांभाळूनच मी हे लेखन केले.

१९९५ या वर्षात कोल्हापूरच्या 'दैनिक पुढारी' या लोकप्रिय दैनिकाच्या रविवार आवृत्तीत मी हे सदर सुरू केले. या आवृत्तीचे संपादक श्री. ह. मो. मराठे यांच्या आग्रहानुसार मी हे सदर लिहिण्याचे मान्य केले. मी राजकीय स्वरूपाचे विनोदी लेखनच यातून करावे असा त्यांचा आग्रह होता. हे सदर सात-आठ महिने चालले. माझ्याच काही अडचणींमुळे मी ते बंद केले. पुढे १९९६मध्ये हेच सदर मी मुंबईच्या 'सांज लोकसत्ता'तही काही महिने चालविले. या दोन्ही दैनिकांतील काही निवडक खड्यांचा आणि ओरखड्यांचा या संग्रहात समावेश आहे.

खरे म्हणजे हे सगळे प्रासंगिक लेखन त्या त्या वेळच्या राजकीय घटना,

वक्तव्ये यावर आधारलेले आहे. असा विनोद चिरस्थायी कसा असणार? गरमागरम भज्यांची चव ती शिळी झाल्यावर येत नाही. प्रासंगिक विनोद हा अल्पायुषीच म्हटला पाहिजे. राजकारणात तर घटना फार वेगाने घडत असतात. जुन्या घटना लोक विसरूनही जातात. नित्य नवे काहीतरी घडत असते. अशा वेळी जुन्या घटनांचा संदर्भच नाहीसा होतो आणि त्याबरोबर त्यातील विनोदही नाहीसा होतो. अशा प्रासंगिक विनोदाला मग अल्पायुषीच म्हटले पाहिजे, नाही का? पाच-पंचवीस वर्षांनीही जर वाचकाला त्या संदर्भ हरविलेल्या लेखनात विनोद आढळला आणि तो सुखावला तर तो खरा विनोद! आपल्या विनोदालाही ही कसोटी लावून पाहावी असे वाटले म्हणून ही उठाठेव केली. मराठीत राजकीय स्वरूपाचा विनोद हा तसा दुर्मीळच आहे. या उपेक्षित दालनात माझ्या या पुस्तकाने घातलेली लहानशी भरही वाचकांना लक्षणीय वाटली, तर मला मनापासून आनंद होईल.

**द. मा. मिरासदार**

# अनुक्रमणिका

# सभागृहातील गोंधळ : एक प्रशिक्षण

आमचे गाव हे राजकारणाच्या दृष्टीने अगदी जागृत गाव आहे. नेहमी नव्या नव्या कल्पना पुढारी काढीत असतात. बंद नावाचा प्रकार हल्ली फार लोकप्रिय आहे ना! ती कल्पना आमच्याच गावच्या पुढाऱ्यांनी काढली. अजूनही जरा कोठे खुट्ट झाले की गाव ताबडतोब बंद होते. लोक म्हणतात, ते गाव म्हणजे बंदचेच गाव आहे. त्याचे नाव बदलून 'बंदनगर' असे नामकरण करावे, असा ठरावही नगरपालिकेच्या सभेत कुणीतरी मांडला होता. पण विरोधी पक्षाच्या लोकांनी निषेध म्हणून पुन्हा गाव बंद ठेवला. त्यामुळे ठराव बारगळला. हरताळ, मोर्चा, घेराव हेही उपक्रम लोकप्रिय आहेत. काही वेळेला केवळ सराव असावा म्हणून लोक कुणालातरी 'घेराव' करून आपली हौस भागवून घेतात. असल्या फालतू गोष्टीत का वेळ घालविता, असा अडाणीपणाचा प्रश्न एकाने विचारल्यावर लोकांनी त्यालाच घेराव करून त्याची 'नैसर्गिक विधीची'देखील अडचण करून टाकली होती.

तर सांगण्याचा मुद्दा असा की, गावात अशा नवनवीन गोष्टी नेहमी सुरू असतात. परवा आमच्या मुख्य चौकात एका राजकीय शिबिराचा फलक मोठ्या अक्षरात लावला होता. हे कसले शिबिर आहे म्हणून मी उत्सुकतेने जवळ जाऊन ती पाटी वाचली. त्या पाटीवर लिहिले होते,

'लोकशाहीत निवडणुका जशा महत्त्वाच्या, तसाच विरोधी पक्षाचा गोंधळ म्हणजे गदारोळ हाही महत्त्वाचा. नगरपालिका, जिल्हा परिषद, विधानसभा, विधानपरिषद, लोकसभा यांत कामकाज जसे चालणे गरजेचे असते, तसे ते बंद पाडणे हेही आवश्यक असते. पण अजूनही अनेक लोकप्रतिनिधींना तेथे कसा गोंधळ घालावा, याचे पद्धतशीर ज्ञान नसते. त्यासाठी आम्ही एक खास प्रशिक्षण शिबिर आयोजित केले आहे. तेथे गोंधळाचे शास्त्रोक्त शिक्षण प्रात्यक्षिकासह देण्यात येईल. तरी राजकीय

मंडळींनी या शिबिरात सामील होऊन व्यवस्थित गोंधळ घालण्याचे ज्ञान प्राप्त करून घ्यावे.

**दादा टोणगे**
शिबिर संचालक

दादा टोणगे म्हणजे गावातील प्रसिद्ध राजकीय पुरुष! अवघ्या दहा वर्षांच्या कारकिर्दीत दादांनी फार झकास जम बसविला होता. गावातील अनेक भूखंड त्यांनी गिळंकृत केले होते. अनेक महिला खंडांवरही त्यांची कृपादृष्टी आहे, असे जाणते लोक सांगत असतात. या दहा वर्षांत नगरपालिकेपासून विधानसभेत प्रवेश करण्यापर्यंत त्यांनी मजल मारली होती. दादांच्या भारदस्त आकृती असलेल्या सौभाग्यवती नगरपालिकेच्या अध्यक्षा होत्या. त्यांचे चिरंजीव नुकतेच जिल्हा परिषदेचे अध्यक्ष झाले होते. दादांना एकच दु:ख होते, अनेक सत्तास्थाने रिकामी होती, पण तेथे बसायला अधिक अपत्यसंख्या त्यांच्या घरात नव्हती. तरी त्यांनी जवळपासचे पाहुणे, नातेवाईक आणून त्यांना त्या ठिकाणी बसविले होते. राजकारणातल्या अनेक नव्या उपक्रमांच्या पाठीमागे प्रेरणा दादांचीच! या प्रसिद्ध पुरुषाने हे शिबिर आयोजित केले आहे म्हटल्यावर ते यशस्वी होणार यात शंकाच नव्हती.

शिबिर सुरू झाल्यावर त्याची प्रत्यक्ष माहिती घ्यावी म्हणून मी मुद्दाम शिबिराच्या ठिकाणीच दादांना भेटावयास गेलो. दादा तसे फार गडबडीत होते; पण माझी जिज्ञासा जाणून त्यांनी मला सविस्तर माहिती दिली. काही प्रात्यक्षिकेही दाखविली.

ही अभिनव कल्पना तुम्हाला सुचली कशी, हा माझा पहिलाच प्रश्न. तो ऐकल्यावर दादा गंभीर झाले. आपले खादीचे धोतर नीट झटकून ते म्हणाले, ''पूर्वी आमचा पक्ष सत्तेवर होता, त्यामुळे या गोष्टीचं महत्त्व आम्हाला पुरेसं कळलंच नव्हतं. पण आता आम्ही विरोधी पक्षात आहोत ना! तेव्हा ही विद्या शिकणं आवश्यकच आहे. या गोंधळ-गदारोळाला जरा शास्त्रीय आणि नीटनेटकं स्वरूप देण्यासाठी हे शिबिर आहे. राजकारणात नव्यानं प्रवेश करणाऱ्या होतकरू उमेदवारांना हे तंत्र नीट माहीत असणं फार आवश्यक आहे.''

''पण 'गोंधळ' हे नेमकं काय प्रकरण आहे?'' मी जरा उतावीळपणेच प्रश्न केला.

''सांगतो, जरा दमानं घ्या. राजकारणात निवडणुका, सभा, मोर्चा, घोषणा या गोष्टी आवश्यक असतात. या आता सर्वांनाच माहीत आहेत; पण निवडून गेल्यावर पुढं काय करायचं हे मात्र बऱ्याच जणांना माहीत नसतं. काही काही शहाण्यांना वाटतं, नगरपरिषदेत, विधानसभेत नुसती भाषणं करायची असतात. काही दीडशहाणे तर एखाद्या विषयाचा अभ्यास करून मग तिथं भाषण करण्यासाठी जिवाचा आटापिटा करतात. पण नुसती भाषणं करणं हा मूर्खपणा आहे. भाषणाबरोबर ठोस

कृतीची आवश्यकता आहे. अशा वेळी सभागृहात गोंधळ घालून कामकाज कसं बंद पाडता येईल, याचंही ज्ञान असायला पाहिजे. तुम्हाला काय वाटतं?''

''अर्थात!'' मी ताबडतोब मान हलविली. ''नुसती भाषणं काय कामाची? काही भरीव कृतीही पाहिजेच. पण गोंधळ करायची वेळ कोणती?''

''त्यासाठी योग्य संधीची वाट बघायची. सत्तेवर असलेल्या नेत्यानं किंवा त्यांच्या पक्षातल्या एखाद्या मोठ्या नेत्यानं एखाद्या नाजूक, संवेदनशील विषयावर एखादं भाषण केलं किंवा तसं एखादं पत्रक काढलं की या भाषणाचा किंवा पत्रकाचा वेगळाच अर्थ लावायचा. हे भाषण बेजबाबदारपणाचं आहे आणि त्यामुळे देशाच्या ऐक्याला फार मोठा तडा जाणार आहे, असा बाहेर आरडाओरडा करायचा. हा अर्थ लावणं ही यातली सर्वात कौशल्याची गोष्ट! मग त्या निमित्तानं सभागृहात आरडाओरडा करून गोंधळ माजवायचा. हा आरडाओरडा सामुदायिक पाहिजे. सर्वांनी एका दमात आणि घसा खरवडून ओरडलं पाहिजे. खुलासा करण्यासाठी सत्तारूढ पक्षातला कुणी नेता बोलू लागला, तरी कुणाला त्याचं भाषण अजिबात ऐकू येता उपयोगाचं नाही. शिबिराच्या पहिल्या दिवशी आम्ही या आरडाओरड्याचं शास्त्रशुद्ध तंत्र शिकाऊ उमेदवारांना शिकविलं आहे. चला, तुम्हाला प्रात्यक्षिक दाखवितो.''

दादा टोणगे यांच्याबरोबर मी शिबिराच्या अंतर्भागात गेलो. तेथे शास्त्रोक्त गायन करणारे काही गवई घसा खरवडून कसे मोठ्यांदा ओरडावे याचे शिक्षण शिकाऊ उमेदवारांना देत होते. खुलासा करण्यासाठी सत्तारूढ पक्षातला एक जण उभा राहिला. त्याबरोबर हा ओरडा एकदम एका सुरात सुरू झाला. माझ्या तर कानठळ्याच बसल्या. दादांनी समाधानी मुद्रेने माझ्याकडे पाहिले.

''या नेत्याला स्वत:चं बोलणंही या गोंधळात ऐकू येणार नाही. मग बाकीच्यांना ते ऐकू येणं लांबच.'' ते म्हणाले.

''मग विरुद्ध बाजूने लोक गोंधळ करणार –'' मी म्हटलं.

''आम्हाला तेच पाहिजे. दोन्ही बाजूंनी दंगा सुरू झाला की कामकाज बंद! त्या दिवसाचं काम तहकूब. आपला विजय!''

''बरं पुढं? दुसऱ्या दिवशी?''

''दुसऱ्या दिवशी पुढचा अभ्यासक्रम. आरडाओरडा तर चालूच ठेवायचा. सभागृहात जी कागदपत्रं असतील, त्यांचे तुकडे तुकडे करणं, ती सगळीकडे उधळून टाकणं या गोष्टी कटाक्षानं करायच्या. शिवाय काही घोषणाही त्याबरोबर द्यायच्या.''

''कोणत्या घोषणा?''

''तशा कोणत्याही चालतील. पण थांबा, तुम्हाला छोटंसं प्रात्यक्षिकच दाखवितो. चला, घोषणा सुरू –''

दादांनी आज्ञा दिल्यावर समोरच्या विरोधी पक्षाच्या बाकावर बसलेल्या उमेदवारांनी

टराटरा कागद फाडले. मग घोषणा सुरू केल्या. समोरच्या बाबूराव नावाच्या नेत्याला उद्देशून या घोषणा झाल्या. "बाबूराव, हाय! हाय!"

"पळाला रे पळाला... बाबूराव पळाला..."

"सत्तारूढ पक्ष मुर्दाबाद..."

या सर्व घोषणा अत्यंत शिस्तबद्ध रीतीने होत होत्या. एकाने नाव घ्यायचे, मग बाकीच्यांनी हाय हाय म्हणायचे. ते दृश्य फार प्रेक्षणीय व श्रवणीय होते. मला त्यांच्या शिस्तीचे फार कौतुक वाटले. गोंधळ असावा तर असा, असाही विचार मनात येऊन गेला.

शिबिरातून बाहेर येता येता दादा टोणगे म्हणाले, "आता आलं ना लक्षात? थोडक्यात म्हणजे सभागृहातलं कामकाज पूर्णपणे बंद पाडणं हा लोकशाही प्रक्रियेतला महत्त्वाचा भाग. तो लोकप्रतिनिधींनी नीट शिकला पाहिजे."

"मग पुढं काय?"

"आणखीही काही गोष्टी आहेत ना! शिबिराच्या तिसऱ्या दिवशी आम्ही त्या शिकवणार आहोत. सभागृहात प्रत्यक्ष धांगडधिंगा घालणं, क्वचित प्रसंगी सभापतींशी झोंबाझोंबी करणं, ते नाही जमलं तर निदान तिथला राजदंड पळवून नेणं हे आम्ही शिकवू. पुण्याचे काही नगरसेवक राजदंड पळवण्याच्या या विद्येत फार कुशल आहेत. त्यांना हे शिक्षण देण्यासाठी मी मुद्दाम इथं बोलवलं आहे. या कामासाठी शारीरिक क्षमता फार महत्त्वाची आहे. कारण कधी कधी मारामारीचाही प्रसंग उद्भवतो. एखाद्या वेळी तुमचं सभासदत्वही काही दिवस रद्द होऊ शकतं; पण आपल्या लोकशाहीत तेवढा स्वार्थत्याग करावाच लागतो."

"आता शेवटचा प्रश्न. अशा वेळी विरोधी पक्षाच्या नेत्यानं काय करायचं असतं? का त्यानंही या गदारोळात सामील व्हायचं?"

दादा टोणगे पुन्हा एकदा गंभीर झाले. त्यांनी मान हलविली.

"नाही, त्यानं या धांगडधिंग्यात बिलकूल सामील व्हायचं नाही. त्यानं फक्त सगळ्या गोंधळाची शिस्तबद्ध आखणी करायची. मग शांतपणे आणि शहाजोगपणे आपल्या जागेवर बसून राहायचं. जमल्यास अनुपस्थितही राहायचं. या प्रकाराबद्दल त्यानं नंतर खेद प्रदर्शित करायचा. झालं ते ठीक झालं नाही, असं म्हणायचं. राजदंड पळवून नेण्याच्या प्रकाराबद्दल जरी विचारलं तरी 'मी त्याची चौकशी करेन' एवढंच उत्तर द्यायचं. आलं लक्षात?"

एव्हाना आपल्या लोकशाहीतल्या बऱ्याच गोष्टी माझ्या लक्षात आल्या होत्या. हे नवीन पैलू दाखविल्याबद्दल दादा टोणगे यांचे आभार मानून आणि मनातल्या मनात आपल्या लोकशाहीचे कौतुक करीत सद्गदित अंतःकरणाने मी त्यांचा निरोप घेतला.

◆

# आता विवाहासाठीही आचारसंहिता

परवा आपल्या महाराष्ट्रातल्या सार्वत्रिक निवडणुका किती आनंदाने पार पडल्या नाही? कुठेही भिंतीवर रंगकाम नाही, कापडी फलक नाहीत. कटआउट्स तर नाहीतच, पण मोर्चे अन् मिरवणुकासुद्धा नाहीत! नुसती उमेदवाराची पदयात्रा. या यात्रेतदेखील पाच कार्यकर्त्यांपेक्षा जास्त लटांबर बरोबर बाळगले नव्हते. उमेदवाराच्या पाठीमागे कॅमेरामन भुतासारखा सारखा उभा! रोजच्या रोज काय खर्च केला, त्याचा तपशील निवडणूक अधिकाऱ्याला कळवायचा. नाहीतर लगेच खटला. वा! मोठी मजा आली. लोक शेषन साहेबांवर भलतेच खूश आहेत.

मतदानाच्या दिवशी शांतपणे मत देऊन आलो. त्या दिवशी दिवसभर शेषन यांचेच कौतुक वाटत होते. दुसऱ्या दिवशी एका नातेवाइकाच्या घरच्या लग्नसमारंभाला जावे लागले. आहेर तर करावाच लागला. त्यामुळे लग्नातले जेवण केल्याशिवाय घरी परतणे बरे वाटेना. जड पोटामुळे दिवसभर त्या लग्नाचाच विचार डोक्यात घोळत होता.

आणि काय गंमत पाहा! या दोन्ही घटनांची डोक्यात अशी काही सरमिसळ झाली म्हणता! पहाटे पहाटे एक भयानक स्वप्न मला पडले!

स्वप्नात मला एक सरकारी पत्रक दिसले. त्या पत्रकात म्हटले होते,

‘सार्वत्रिक निवडणुकीत आचारसंहिता पाळण्याचा श्री. शेषन यांचा प्रयोग पूर्णपणे यशस्वी झाला हे प्रकट करताना शासनाला अत्यंत आनंद होत आहे. अशाच कडक आणि काटेकोर आचारसंहितेची अनेक क्षेत्रांत गरज आहे. तूर्त प्रायोगिक तत्त्वावर आपल्या विवाहसंस्थेलाही ही आचारसंहिता लागू करून पाहावी, असे सरकारने ठरविले आहे. यापुढे विवाहाचे मुहूर्त विवाह-आयुक्त निश्चित करतील आणि त्याच मुहूर्तावर वधू-वरांची लग्ने होतील. हुंड्याचे प्रलोभन दाखवून मुलगी पटविण्याचा प्रयत्न केल्यास विवाह लांबणीवर टाकण्यात येतील किंवा ते रद्दही करण्याचा अधिकार आयोगाला आहे. प्रत्येक विवाहासाठी ठरावीक खर्च मंजूर केला

जाईल. त्याचे उल्लंघन चालणार नाही. वाजवीपेक्षा जास्त खर्च केल्यास त्या वधू-वरांना सहा वर्षे लग्न करण्यास बंदी करण्यात येईल.'

हे पत्रक प्रसिद्ध झाल्यावर विवाह-क्षेत्रात फारच खळबळ उडाली. खर्चावर नियंत्रण आल्यामुळे लग्नपत्रिका छापण्याचा खर्च तरी करावा की नाही अशी धास्ती उभय बाजूंना वाटू लागली. उगीच कटकट नको म्हणून बहुतेकांनी पत्रिका छापणे टाळलेच. पदयात्रा काढून समक्ष घरोघर जाऊन लोकांना लग्नाचे निमंत्रण देणे हाच मार्ग सर्वांनी पत्करला. त्यामुळे अनेक जण पहिल्यांदाच आपल्या गरीब नातेवाइकांच्या घरी पायधूळ झाडून आले. पैसेवाल्या मंडळींची मात्र फारच पंचाईत झाली. लग्न ही गोष्ट आपल्या श्रीमंतीचे प्रदर्शन करण्यासाठी असते, ही साधी गोष्ट सरकारला कशी समजत नाही, या कल्पनेने त्यांच्या अंगाचा भडका उडाला. आता आम्ही मिळविलेले पैसे खर्च करायचे तरी कुठे, हेच त्यांना कळेनासे झाले. साध्या लग्नपत्रिकासुद्धा भारी, नक्षीदार कागदावर छापून आपल्या वैभवाची छाप इष्टमित्र, नातेवाइकांवर पाडण्याचा त्यांचा पहिलाच मार्ग बंद झाला. घरोघर निमंत्रण देतानासुद्धा वरपिता किंवा वधूपक्षाने कसलेही वाहन वापरण्यास बंदी आहे, अशीही हूल कोणीतरी उठविली आणि सगळे लोक फारच घाबरून गेले. ही बातमी खरी की खोटी याची चौकशी करण्याचेही धैर्य त्यांना राहिले नाही.

घरात जाऊन अक्षता देतानासुद्धा एकेकाचे चेहरे धास्तावलेले आणि ओढलेले दिसू लागले. भारी किमतीचा शालू नेसून आणि अंगावर मावतील तेवढे दागिने घालून निमंत्रण द्यायला जाता येणार नाही, या विचाराने श्रीमंतांच्या बायका तर फारच घाबऱ्याघुबऱ्या झाल्या.

एक भगिनी चिडून मला स्वच्छ म्हणाल्याच, "अहो, कसली मेली ही आचारसंहिता! अक्षता देताना अन् लग्नकार्यात शालू नेसायचा नाही? दागदागिने अंगावर घालायचे नाहीत? मग लग्न करायचं कशाला? आम्ही तेवढ्यासाठी तर आमच्या बंड्याचं लग्न घाईघाईनं ठरवलं."

"म्हणजे काय?"

त्यांच्या बोलण्याचा अर्थ नीटसा समजला नाही म्हणून मी प्रश्नार्थक मुद्रा केली.

"अहो, तसा आमचा बंड्या लहानच आहे की! परवा तर पंचविसावं लागलं त्याला. अजून त्याचं शिक्षण पुरं व्हायचंय. यंदा चौथ्यांदा बसतोय तो बी.ए.ला."

"हो, तसा लहानच की!" मी मान हलविली, "बरं मग?"

"रोखे घोटाळ्याच्या वेळी आमचे हे बँकेचे चेअरमन नव्हते का? त्याच वेळी आम्ही बंगला बांधला, गाडी घेतली, आम्ही सबंध हिऱ्यांचा सेट केला. तो कुठं आमच्या लोकांनी बघितलाय? सगळ्यांनी बघायला नको? नाहीतर उपयोग काय एवढे मोठे दागिने केल्याचा? म्हणून बंड्याचं लग्न घाईघाईनं जमवून टाकलं. बरं,

त्याचे सासरेही साखर कारखान्याचे चेअरमन! त्यांचीही परवा चांगली कमाई झाली. म्हटलं, थाटात लग्न होईल. पण मेली ही आचारसंहिता आली ना आडवी! आता लग्न करून फायदा काय?''

त्यांचे म्हणणे कुणालाही पटण्यासारखे होते. आपल्या श्रीमंतीचा झगमगाट लोकांना दाखवायचा नाही, मग विवाहसमारंभ करायचे तरी कशाला? सरळ गांधर्वविवाह नाहीतर राक्षसविवाह करून मोकळे व्हावे.

गांधर्वविवाहात वधू-वरांनी देवासमोर जाऊन नुसते हार घातले की झाले काम! राक्षसविवाहात तर मुलगी पळवून नेऊनच गुपचूप लग्न उरकायचे. कुठेही खर्च नाही. आचारसंहितेचे शंभर टक्के पालन!

या आचारसंहितेमुळे मंगल कार्यालये ओस पडून ती भकास कार्यालये दिसू लागली. टांगे, रिक्षा यांचा धंदा बसला. बँडवाल्यांचा धंदा तर पार बुडाला. बँडच्या ऐवजी हाताने शंख वाजविण्याची त्यांच्यावर पाळी आली. मुद्रणालयांना काही कामच राहिले नाही. आचारी-पाणके यांना तर स्वत:च्या घरी जेवण्याचा दुर्धर प्रसंग ओढविला.

घरोघर निमंत्रण देतानासुद्धा व्हिडिओवाल्याचा धाक. पत्रिका दिली की लोक घाईघाईने काढता पाय घेत.

''अहो, चहा घेऊन जा.''

''छे! छे! काही नको.''

''निदान एखादा पेढा? चिमूटभर साखर?''

''नको नको बाबा! तो कॅमेरामन उभा आहे ना राक्षसासारखा डोळे वटारून. तो चित्रण करील लगेच. मग हा खर्च कुणी केला म्हणून नसत्या चौकश्या सुरू होतील अन् आमचं लग्न रद्द होईल एखाद्या वेळेस.''

सर्व मंडळी घाबरून बाहेर पडत. निमंत्रण अर्थातच फक्त लग्नाला येण्याचे. या आणि वधू-वरांना आशीर्वाद द्या. बस्स! जेवणाचा मुद्दा टाळलेला. एका वधूपित्याला त्याची प्रतिक्रिया विचारली तेव्हा तो म्हणाला, ''दोन्ही बाजूंकडील मिळून फक्त पंधरा ते वीस लोकांना जेवू घालण्याची परवानगी आहे. वधू-वर अन् भटजी धरून. जास्ती खर्च मंजूरच नाही. उपास असलेल्या लोकांचादेखील वेगळा खर्च कळवा, अशी ऑर्डर आहे. पंगत दिसली की व्हिडिओ चित्रण झालेच म्हणून समजा! मग खटला अन् दंड.''

वधूपिता एकूण खूश दिसला. फार थोडक्यात पोरीचे उरकले म्हणून त्याला आनंदाच्या उकळ्या फुटत होत्या. साहजिकच होते. त्याला आणखी चार पोरी उजवायच्या होत्या.

''पण परगावहून आलेल्या पाहुण्यांचं काय? त्यांचं जेवणखाण?''

"त्यांनी खानावळीत जाऊन जेवायचं. आपल्या खर्चानं."

"हे छान झालं नाही?"

"तर काय! उत्तमच झालं म्हणानात! अहो, या नातेवाईक मंडळींनी तर नुसता वैताग आणलाय. पुण्यासारख्या ठिकाणी लग्न म्हटल्यावर सहकुटुंब सहपरिवार येतात अन् आठ-आठ दिवस आमच्या घरी मुक्काम. सिनेमा, नाटक, पर्वती, शनिवारवाडा, आपल्या मुलीला स्थळं पाहणं... सगळं उरकल्याशिवाय जातच नाहीत. आता कशाचे येताहेत! अन् आलेत तर एका दिवसात पळतील. हा: हा:!"

एका ओळखीच्या घरच्या लग्नसमारंभाला गेलो, तर लग्न आहे हे खरेच वाटेना. लग्नाचा मांडव नाही, विद्युत्दीपांचा झगमगाट नाही. अहो, बाहेर बँडसुद्धा नाही. बँड वाजत असला की सोय असते की नाही? कार्यालय नेमके कुठे आहे हे लांबूनच कळते. ते शोधावे लागतच नाही. शिवाय सबंध गल्ली त्या आवाजाने जागी असते. कुणीही पत्ता सांगतात. पण आज यातले काहीच नव्हते. दारापाशी फक्त केळीचे चार खुंट आणि गणपतीचे एक चित्र. त्याचाही एकूण खर्च किती झाला, हे एक जण शासकीय सेवकाला सांगत होता आणि तो ते गंभीर मुद्रेने टिपून घेत होता. कुंकुम लावलेल्या तांदळाच्या अक्षतादेखील प्रत्येकाला मोजून दिल्या जात होत्या; प्रत्येकाला फक्त चार दाणे. एका लहान मुलाच्या हातून ते सांडले तरी ते पुन्हा त्याला द्यावेत की नाही याच्यावर बराच वेळ चर्चा झाली. पण त्या कार्ट्याने भोकाडच पसरले तेव्हा विवाह-अधिकाऱ्याच्या परवानगीने त्याला चार दाणे पुन्हा देण्यात आले. कुणीतरी हळूच खिशातून एक बिस्किट काढले आणि अधिकाऱ्याचे लक्ष नाही हे पाहून त्याला ते दिले तेव्हा कुठे त्या चिरंजीवांचे रडणे थांबले.

लग्न लावताना मंगलाष्टके अर्थातच झाली; पण परवानगी नसल्यामुळे ध्वनिक्षेपकाची कसलीही व्यवस्था नव्हती. त्यामुळे भटजीचे कर्कश सुरातील ओरडणे आणि वधूच्या मैत्रिणींनी बेसूर आवाजात म्हटलेले शुभचिंतन फारसे कुणाला ऐकूच गेले नाही. त्यामुळे लग्नाला आलेली मंडळी सुहास्य मुद्रेने उभी होती. आचारसंहितेमुळे लग्नाला फारशी गर्दी होणार नाही असे वाटत होते. ती भीती मात्र खरी ठरली नाही. लग्नात आहेर करावा लागणार नाही हे कळल्यामुळे बहुतेक निमंत्रित उल्हसित मुद्रेने आलेले होते. वधू-वरांनी एकमेकांना घातलेले दोनच हार, पण ते गळ्यात जाण्यापुरतेच मोठे होते. मुख्य म्हणजे ब्यूटी पार्लरमध्ये जाऊन एखाद्या अभिनेत्रीप्रमाणे रंगरंगोटी करण्यास वायफळ खर्च म्हणून बंदी करण्यात आली होती. सकाळी सातपासून संध्याकाळी पाचपर्यंत सर्व कार्यक्रम उरकायचे असल्यामुळे रिसेप्शन नावाच्या थाटामाटाच्या कार्यक्रमाला पूर्ण मज्जाव होता. त्यामुळे मंगलाष्टके संपल्याबरोबर सर्व मंडळींची ताबडतोब पांगापांग झाली. पुढे काय झाले हे कळले नाही.

एक श्रीमंत वरपिते मात्र या प्रकारामुळे फार चिडले होते. ते समाजातले एक

दुढ्ढाचार्य समजले जात ना! आपली काही हौसमौज नाही, मानपान नाही, थाटमाट नाही म्हणजे काय? हा सर्व अतिरेक होत आहे असा त्यांचा आरडाओरडा चालू होता. हा अतिरेक करणारे कोण कोण आहेत, त्यांची नावे माझ्याकडे आहेत. मी त्यांची नंतर चौकशी करणार आहे, असे ते बोलून दाखवीत होते. पण ती बातमी मुख्य विवाह-आयुक्तांपर्यंत गेली. त्यांनी ताबडतोब जाहीर केले, ''ही धमकी चालणार नाही. ताबडतोब शब्द मागे घ्या. नाहीतर वधू-वरांचा मधुचंद्र रोखून धरला जाईल.''

मग मात्र त्या एरवी ऐटीत मिरविणाऱ्या आणि शौर्याच्या गप्पा मारणाऱ्या वरपित्याचे अवसान गळाले. नवरामुलगा तर ढसाढसा रडू लागला, तेव्हा त्यांनी मुकाटपणे मान खाली घालून आपले शब्द परत घेतले. मी असे बोललोच नव्हतो, जवळच्या मंडळींनी विनाकारण माझ्या बोलण्याचा विपर्यास केला आहे, असा खुलासा करून ते स्वतःच गोव्याला निघून गेले.

◆

# समाधी प्रदेश – एक संशोधन

### (इ.स.२५०० वर्षातली ही गोष्ट आहे.)

एके काळी दिल्ली ही आमच्या देशाची राजधानी होती, असे वृद्ध लोक सांगतात; पण ही दिल्ली नेमकी कुठं होती आणि ती का नष्ट झाली, हे कोणालाच माहीत नव्हते. यमुना नदीच्या काठी 'समाधी प्रदेश' नावाचा एक लहानसा प्रदेश आहे. त्या भागात दिल्ली नावाची प्राचीन राजधानी असावी, असा अभ्यासकांचा तर्क होता; पण नक्की कुणीच सांगू शकत नव्हते. एका संशोधक पथकाने हा शोध लावण्याची कामगिरी अंगावर घेतली आणि सर्व पथक या समाधी प्रदेशात येऊन दाखल झाले. हे संशोधन पथक एका विद्यापीठाचे असल्यामुळे पथकात प्राचीन इतिहासाचे एक प्राध्यापक आणि काही तरुण विद्यार्थी होते. प्रोफेसरसाहेबांची सुंदर तरुण मुलगीही त्यांच्याबरोबर आली होती. त्यामुळे तरुण संशोधकांत उत्साह ओसंडून वाहत होता.

समाधी प्रदेशात सगळीकडे वैराण मुलूख दिसत होता. सर्वत्र लहान-मोठी झुडपे वाढलेली दिसत होती. 'लू'च्या वादळामुळे बारीक रेतीचे प्रचंड ढिगारे सर्वत्र पसरले होते. काही जुन्या इमारतींचे अवशेषही या ढिगाऱ्यात बुडून गेले होते. याच प्रदेशात ही दिल्ली नावाची प्राचीन राजधानी एके काळी वसली असावी, असा तर्क होता; पण प्रत्यक्ष पुराव्याने ते सिद्ध होणे आवश्यक होते.

प्रोफेसर साहेब सर्व विद्यार्थ्यांना उद्देशून म्हणाले, "मला वाटतं, या प्राचीन राजधानीच्याच प्रदेशात आहोत आपण. इथं त्याचे अवशेष नक्की सापडतील.''

एक विद्यार्थी त्यांच्या कन्येकडे टक लावून पाहत बोलला, "मग इथं आपण उकराउकर करायची का?''

प्रोफेसर एकदम रागावले.

"मूर्खा, सामान्य माणसं जेव्हा खड्डे खोदतात तेव्हा त्याला उकराउकर म्हणतात.

आपण जे करतो त्याला 'उत्खनन' असं म्हणतात. नीट लक्षात ठेव.''

"बरं, आपण उत्खनन करायचं का इथं?''

"करा सुरुवात. काही विशेष आढळलं की मला सांगायचं.''

संशोधन पथकाबरोबर काही कामगारही आपल्या आयुधानिशी आले होते. त्यांनी भराभर वाळूचे ढीग उपसून बाजूला फेकून द्यायला प्रारंभ केला. एके ठिकाणी बरेच खणल्यावर त्यांना एक मोठा दगडी चौथरा सापडला. चिरेबंदी दगडांनी तो चौथरा बांधलेला असावा.

"हा बहुतेक कुठल्यातरी प्राचीन घराचा चौथरा असावा!''

एक विद्यार्थी म्हणाला, ''पूर्वी घराला असे दगडी चौथरे असत, असं मी वाचलं आहे.''

"पण घराचा चौथरा इतका लहान कसा? हा तर एका खोलीपेक्षाही लहान आहे.'' दुसरा विद्यार्थी म्हणाला. मग त्याने गुरुकन्येकडे पाहून विचारले, ''तुम्हाला काय वाटतं?''

आपल्यालाच विचारलं असं समजून प्रोफेसरसाहेब गंभीर झाले.

"नीट स्वच्छ करा. त्याशिवाय त्याचं रहस्य नीट उलगडणार नाही.''

चौथरा हळूहळू स्वच्छ होऊ लागला. एक विद्यार्थी एकदम ओरडला, ''याच्यावर काही अक्षरं दिसताहेत. बहुतेक देवनागरी लिपीतली असावीत.''

"आपली रोमन लिपी आहे, पण देवनागरी तुम्हाला अभ्यासापुरती माहीत आहे ना? काय अक्षरं आहेत वाचा.''

"हे... रा... म...'' मोठ्या कष्टाने त्याने वाचले.

"हे राम म्हणजे काय?'' तिसऱ्याने शंका विचारली.

"राम नावाच्या माणसानं हा चौथरा बांधला काय?''

"छट्!'' चौथा म्हणाला, ''मला वाटतं राम नावाच्या माणसाची ही समाधी असावी. होय की नाही सर?''

नेमका प्रश्न विचारल्यावर कुठलाही प्राध्यापक गोंधळतोच. हे गुरुजीही गोंधळले. पण स्वतःला सावरून ते म्हणाले, ''माझ्याजवळ प्राचीन इतिहासाचं पुस्तक आहे. त्यात या प्रदेशाबद्दल सगळी माहिती आहे. तसं माझ्या लक्षात आहे, पण जरा वाचून सांगतो.''

प्राध्यापक गुरुजींनी एक जाडजूड पुस्तक आपल्या बासनातून काढले. त्यातली बरीच पाने त्यांनी चाळली. एकदम आनंदाने ते ओरडले, ''सापडली... या चौथऱ्याची माहिती सापडली. पाचशे वर्षांपूर्वी गांधी नावाचा पुढारी या देशात होऊन गेला. 'महात्मा' असंही त्याला मधनं-मधनं म्हणत. त्याची ही समाधी आहे. मृत्यूच्या वेळी त्यानं 'हे राम' असे उद्गार काढले होते, असं म्हणतात. म्हणून त्याच्या समाधीवर

ही अक्षरं काढली आहेत.''

कुणीतरी सहज विचारलं, ''आणखी काय माहिती आहे या माणसाची या पुस्तकात?''

''हा कुणीतरी मोठा माणूस होता. लोकांना तो सत्य, अहिंसा असला काहीतरी उपदेश करायचा. लोक त्याचं बोलणं मुकाट्यानं ऐकून घ्यायचे, पण त्याच्या उपदेशाप्रमाणं कुणी वागत नव्हतं.''

''अरेरे...!'' एक तरुण संशोधक विव्हळला.

''अरेरे काय? मी तुम्हाला रात्रंदिवस डोकेफोड करून शिकवितो ना? मग तुम्ही कुठं माझं ऐकताहात? नुसती चैन करीत हिंडताहात. त्या काळातही तसंच झालं असणार. दुसरं काय?'' प्रोफेसर गुरुजी एकदम चिडलेच. त्याबरोबर सगळे संशोधक एकदम गप्प झाले.

तेवढ्यात लांब गेलेल्या एका टोळक्यापैकी एक विद्यार्थी धावत धावत आला. धापा टाकीतच म्हणाला, ''सर, शांतीवन नावाचा एक ओसाड प्रदेश जवळच आहे. तिथं मला एक समाधी सापडली. या देशाच्या पहिल्या पंतप्रधानाची ती समाधी आहे, असं तिथं कुणीतरी सांगत होतं. उत्खननात एक जुना फलकही सापडला.''

''होय, बरोबर आहे. पाचशे वर्षांपूर्वी या देशाला पुन्हा स्वातंत्र्य मिळालं अन् पंडित नेहरू नावाचे गृहस्थ पहिले पंतप्रधान झाले. त्यांची तिथं समाधी आहे का? बरं झालं सापडली. त्यांचं संपूर्ण नाव –'' प्रोफेसर जरा गडबडले.

''नेहमीप्रमाणं पुस्तकात बघा ना सर, म्हणजे वेळ नाही जाणार.'' एकाने नम्रपणे गुरुजींना सूचना केली. त्यामुळे गुरुजी आणखी खवळले.

''पुस्तकात बघायचं कारण काय? मला सगळी माहिती आहे. उगीच वाह्यातपणा करू नका. तर काय सांगत होतो? आता प्रत्यक्ष पुरावा मिळाला. इथंच ती दिल्ली नावाची प्राचीन राजधानी होती.''

''हे कशावरून अनुमान काढलंत?''

''अरे, मोठी माणसं बहुधा राजधानीतच मरण पावतात आणि जरी त्यांचं बाहेर निधन झालं, तरी त्यांची समाधी राजधानीत होईल अशी व्यवस्था करतात.''

''तरीच या प्रदेशाला समाधी प्रदेश असं नाव आहे बरं का! आत्ता उलगडा झाला.'' सर्वांनी माना डोलविल्या.

''असणारच! मग आणखी समाध्या असणार इथं. त्या शोधून काढा. जो इथल्या जास्तीत जास्त समाध्या हुडकून काढील त्याला मी त्याच्या आवडीची गोष्ट बक्षीस देणार आहे. पळा!''

आवडीची गोष्ट म्हटल्यावर बहुतेकांच्या नजरा त्या सुंदर गुरुकन्येकडे वळल्या. 'अहाहा! ही मुलगीच आपल्याला देऊन टाकण्याचं तर गुरुजींच्या मनात नसेल ना!'

अशी गोड गोड शंका अनेकांना आली. मग काय! सगळ्या संशोधकांना भलताच चेव आला. प्रत्येक जण कामाला लागला. जो तो काही ना काही माहिती आणून सांगू लागला. एक जण म्हणाला, "लांब तिकडं एक नुसता उभा रेखीव दगड आहे. दगड कसला, शिळाच म्हणा ना! पण ती कुणाचीतरी समाधी असावी, असा मला संशय येतो. हा आशुतोष म्हणतो, म्हसोबा नाहीतर सटवाई यांचं ते उघडं देऊळ असेल जुनं; समाधी नाही. पण त्या दगडाखाली शेंदूर कसा नाही? बिनशेंदराचा म्हसोबा किंवा सटवाई असते सर?"

गुरुजींनी तिथं जाऊन त्या जागेचे सूक्ष्म निरीक्षण केले. मग प्राचीन इतिहासाचे ते पुस्तक पुन्हा चाळले. शेवटी हर्षाने ते म्हणाले, "सापडली माहिती! हे सटवाईचं देऊळ नाही. आपल्या देशाच्या आणखी एक पंतप्रधान इंदिरा गांधी या नावाच्या एक फार कर्तबगार महिला होऊन गेल्या. त्यांना नुसतं पाहिल्याबरोबर त्यांचे अनुयायी चळाचळा कापत असत. तिनं सबंध देश आपल्या मुठीत ठेवला होता. अशा थोर स्त्रीची ही जरा वेगळ्या पद्धतीची समाधी आहे. इथं गेल्यावर प्रत्येकानं फुलं वाहण्याची पद्धत होती. आपणही फुलं वाहू या."

सर्वांनी त्या शिळेवर भक्तिभावाने फुले वाहिली. मग भराभर समाध्या सापडू लागल्या. पहिल्यांदा लालबहादूर शास्त्री नावाच्या आणखी एका पंतप्रधानाची समाधी कुणीतरी शोधून काढली. त्या समाधीची फारच दुर्दशा झालेली दिसत होती. समाधी बांधल्यानंतर कुणी पुन्हा तिकडे फारसे फिरकलेले नसावे, असे अनुमान सहज काढता येण्यासारखे होते. त्यानंतर जाट पुढारी चरणसिंग यांच्या समाधीचा शोध लागला. हा फार महत्त्वाकांक्षी पुढारी होता. त्याची समाधी दिल्लीत बांधलीच पाहिजे, असा हट्टच त्याच्या अनुयायांनी धरला होता... इत्यादी बरीच मनोरंजक माहिती पुस्तकात सापडली. त्यामुळे विद्यार्थ्यांना बराच बोध झाला. फक्रुद्दिन अली अहमद नावाच्या एका अल्पसंख्य समाजातील राष्ट्रपतीचीही एक कबर या मोहिमेत उघडकीस आली. ती कबर असल्यामुळे बरीच वर्षे सुस्थितीत असावी असा तर्क सहज करता येण्यासारखा होता. शिवाय अल्पसंख्य समाजातले काही लोक अजून तेथे येतात आणि कबरीवर हिरवी चादर घालतात, हीही माहिती उघडकीस आली. संजय गांधी नाव असलेलीही एक समाधी सापडली. पण हा नेमका कोण होता आणि त्याची समाधी कशासाठी बांधली, हे गुरुजींनाही नीट सांगता येईना.

सगळ्यात शेवटी राजीव गांधी या आणखी एका पंतप्रधानाची समाधी विद्यार्थ्यांनी शोधून काढली. हा अगदी तरुण, देखणा पंतप्रधान! अल्पवयातच त्याची हत्या झाली, ही माहिती प्राध्यापकांनी (पुस्तकात बघून) सांगितल्यावर सर्वांनाच फार हळहळ वाटली. महात्मा गांधी, इंदिरा गांधी, राजीव गांधी यांच्या समाध्यांमुळे एक गोष्ट सिद्ध झाली. त्या वेळी गांधी हे राजघराणे देशावर राज्य करीत होते, ही माहिती

विद्यार्थ्यांना समजली. राजीव गांधींच्या समाधीचे आणखी एक वैशिष्ट्य आढळले. उत्खननात शेकडो पुष्पचक्रांचे अवशेष सापडले. पुढील प्रत्येक पंतप्रधान, राष्ट्रपती आणि लहान-मोठे मंत्री येथे पुष्कचक्रे वाहण्यासाठी नियमित येत असत. किंबहुना तो सर्वांचा एक वार्षिक कर्मकांडाचाच भाग होता, ही उपयुक्त माहितीही उघडकीस आली. या माहितीच्या आधारे प्रत्येकाने एकेक स्वतंत्र पेपर लिहावा आणि त्यावर नंतर चर्चा व्हावी असे ठरून ही संशोधन मोहीम समाप्त करण्यात आली.

"पण सर, अशी ही राजधानी पुढं नष्ट का झाली? त्याचं कारण काय असावं?" एका जिज्ञासू विद्यार्थ्याने शेवटी मार्मिक शंका विचारली.

प्रोफेसर गुरुजींनी एवढ्या वेळात बरेच चिंतन केले होते.

ते म्हणाले, "या असंख्य समाध्या हेच त्याचं कारण बरं मुलांनो! आपली समाधी इथं झालीच पाहिजे, असा प्रत्येक थोर माणसाचा किंवा त्याच्या अनुयायाचा हट्ट. यामुळे पुढे प्रत्येक मोठा माणूस आपण इथंच अजरामर व्हावं अशी इच्छा करू लागला आणि त्याच्या अनुयायांनी त्याची ही इच्छा पूर्ण करण्याचा धडाका लावला. त्यामुळे दिल्लीत लोकांना राहायला जागाच उरली नाही. काही वेळा तर लोकांची राहती घरं, वसाहती पाडून या समाध्या बांधण्यात आल्या. मग लोक तरी काय करणार? हळूहळू दिल्ली सोडून लोक निघून जाऊ लागले. राजधानी निर्मनुष्य झाली. मग राजधानीचं ठिकाणच बदलावं लागलं. म्हणून या वैराण प्रदेशाला मध्यप्रदेश, विंध्य प्रदेश, हिमाचल प्रदेश यासारखं 'समाधी प्रदेश' असं नाव पडलं! समजलं?"

◆

# अफझलखान-शिवाजी भेट : एक घोडचूक

परवा आमच्या गावात सुप्रसिद्ध इतिहाससंशोधक रमामाधव राक्षसतागडीकर यांचे 'इतिहास – चुका आणि घोडचुका' या विषयावर व्याख्यान झाले. व्याख्यानाला बऱ्यापैकी गर्दी झाली होती. अगदी नाही म्हटले, तरी पन्नास एक श्रोते सहज असतील. त्यामुळे वक्त्यालाही हुरूप आलेला दिसला. आपण केलेल्या नवीन संशोधनाची सविस्तर माहिती त्यांनी सांगितली. व्याख्यानाच्या शेवटी पंचवीस ते तीस श्रोते शेवटपर्यंत तल्लीन होऊन ऐकत होते. यावरून व्याख्यान रंजक झाले, हे उघड आहे. अल्लाउद्दीन खिलजीने देवगिरी किल्ल्यावर स्वारी केली त्या वेळी धान्यांच्या पोत्यांऐवजी चुकून मिठाची पोती पाठविली गेली, असे इतिहासात नमूद असल्याचे त्यांनी सांगितले. त्यांपैकी एक पोते बालेकिल्ल्याच्या एका कोठारात आपल्याला कसे सापडले, त्याची सुरस कथा त्यांनी रंगवून सांगितली. मात्र या घटनेला सातशे वर्षे लोटल्यामुळे पोत्यात मीठ मात्र सापडले नाही. फक्त फाटके बारदान हाती लागले, असे ते म्हणाले. विजयनगरच्या युद्धात भाल्याला टोचून रामराजाचे मुंडके मुसलमान सैन्याने मिरविले. त्यामुळेच विजयनगरच्या साम्राज्याचा दारुण पराभव झाला. हा भालाही त्यांना सापडला होता. पण कुणीतरी बघायला म्हणून नेला आणि तो हरवून टाकला, याबद्दल त्यांनी हळहळ व्यक्त केली.

अशी बरीच नवी माहिती त्यांनी सांगितली.

शेवटी ते म्हणाले, ''शिवाजी महाराजांना आंबे फार आवडत असत. म्हणून दादोजी कोंडदेवांनी मुद्दाम त्यांच्यासाठी खेडशिवापूर येथे आमराई वाढवली. तेथे मला काही कोयी सापडल्या आहेत. त्या शिवकालीन आहेत की काय यावर माझे संशोधन चालू आहे. लोकमान्य टिळकांनी स्वतः फोडलेल्या काही सुपाऱ्याही मला सापडल्या आहेत. त्याचाही मी अभ्यास करीत आहे...''

अशा या थोर माणसाशी आपला परिचय व्हावा म्हणून मी मुद्दाम दुसऱ्या दिवशी त्यांना भेटावयास गेलो. ते एका श्रीमंत व्यापाऱ्याच्या घरीच उतरले असल्यामुळे

त्यांची व्यवस्था उत्तम होती. मी गेलो तेव्हा त्यांची सकाळची न्याहारी चालू होती. आटीव दूध, काही फळे आणि शिरा, काजू, बदाम यांनी भरलेल्या बशा अशा गराड्यात ते बसले होते. समोरच्या पदार्थांचा समाचार घेत घेत माझ्याशी त्यांनी खूप गप्पागोष्टी केल्या. प्रारंभी इकडच्या तिकडच्या गप्पा झाल्यावर मी त्यांना सहज विचारले, ''आपलं राक्षसतागडीकर असं आडनाव कसं काय पडलं? विजयनगरची लढाई राक्षसतागडीला झाली एवढं मी इतिहासाच्या पुस्तकात वाचलं आहे.''

''छान प्रश्न विचारलात.'' राक्षसतागडीकर आपल्या भरघोस मिशांना लागलेले आटीव दूध उपरण्याने पुशीत पुशीत म्हणाले, ''विजयनगरची ही लढाई झाली रक्कसगी आणि तंगडगी या दोन खेड्यांच्या मध्ये. म्हणून त्याला रक्कसगी-तंगडगीची लढाई असं नाव पडलं. पुढे अपभ्रंश होऊन 'राक्षसतागडीची लढाई' हा शब्दप्रयोग रूढ झाला. माझी आई रक्कसगीची. वडील तंगडगीचे. त्यांच्यातही सतत लढाई, भांडणं व्हायची. त्यांची आठवण म्हणून मी आमचं पहिलं 'गबाळे' हे आडनाव बदलून 'राक्षसतागडीकर' हे आडनाव लावायला सुरुवात केली.''

''अरे वा! आई-वडिलांची आठवण म्हणून लोक घराला नाव देतात पितृस्मृती, मातृस्मृती अशी काहीतरी. पण आपण आडनावच बदललंत हे विशेष!'' मी त्यांच्या भरलेल्या काजूच्या बशीकडे रोखून बघत म्हणालो.

''माझं सगळंच विशेष आहे.'' काजूच्या बशीवर एका वर्तमानपत्राचं पान ठेवून ते म्हणाले, ''आता 'रमामाधव' हे माझं नाव कसं आलं, वाटतं तुम्हाला?''

''आईवडलांनी ठेवलं असेल.''

''नाही ना! माझं नाव ठेवायला भांडाभांडीमुळे त्यांना वेळच नाही मिळाला. शेवटी मीच नाव ठेवून घेतलं पुढे. माधवराव पेशवे आणि त्यांची बायको रमा यांच्याबद्दल मला पहिल्यापासून प्रेम, म्हणून मी 'रमामाधव' हे नाव घेतलं.''

''काल आपण इतिहासातल्या घोडचुकांबद्दल बोललात.''

''तरी काल फार थोड्या घोडचुका मी सांगितल्या. आणखी कितीतरी चुका सांगायच्या राहूनच गेल्या. वेळ नव्हता ना!'' बोलता बोलता त्यांनी काजूचा एक मोठा बोकाणा एकट्याने तोंडात कोंबला. मला ती घोडचूक अगदी बघवेना.

''उदाहरणार्थ? एखादी सांगा ना!'' मी ओठावरून जीभ फिरवली.

''आता शिवाजी-अफझलखान यांच्या भेटीचंच उदाहरण घ्या. खानाचा सत्कार करण्यासाठी शिवाजी महाराजांनी अफझलखानाला बोलावलं. खानानं हा सत्कार घ्यायला नको होता. परिणाम काय झाला?''

''ते खरं. पण भेट घ्यायला का नको होती?''

''अहो, खान हा आदिलशाहीचा मातब्बर सरदार. अली आदिलशाहाचा त्याच्यावर फार विश्वास. त्या पक्षातल्या माणसानं शिवाजीसारख्या दुसऱ्या पक्षातल्या माणसाला

भेटणं योग्यच नाही. शिवाजीनं त्यांच्या सत्कारासाठी मोठा शामियाना उभारला म्हणून काय झालं?''

"असा सत्कार स्वीकारल्यामुळे काय होतं?''

"पक्षातल्या निष्ठावंत कार्यकर्त्यांचं मनोधैर्य खच्ची नाही का होत? त्यांच्या दृष्टीनं शिवाजी हा बोलूनचालून जातीयवादी. हिंदूंचं स्वराज्य स्थापन करणारा पुढारी. अशा जातीयवादी पुढाऱ्यानं भेटीला बोलावलं म्हणून काय झालं? खानानं त्या जाळ्यात सापडायला नको होतं. पाणी पिणार?''

"नको.'' मी मान हलविली. "विजापूर दरबाराचं काय मत होतं या प्रकरणात?''

"तेच संशोधन मी सध्या करीत आहे.''

"काही नवीन माहिती आपल्याला सापडलीच असेल.''

"सापडलीये थोडीशी. विजापूरच्या दरबारात सरदारांत आपसांत स्पर्धा अन् भांडणं होती. खानानं या जातीयवादी पक्षाच्या पुढाऱ्याला भेटू नये आणि त्यानं केलेला सत्कार तर मुळीच स्वीकारू नये, असं त्यांचं स्पष्ट मत होतं. या सत्काराच्या वेळी दरबारच्या कोणाही सरदारानं किंवा सैनिकानं उपस्थित राहू नये, असा फतवाही त्यांनी काढला होता, असा माझा तर्क आहे. तो फतवा मला अजून सापडलेला नाही. पण सापडेल आज ना उद्या. जातो कुठं?''

"हा फतवा कुठं सापडण्याची शक्यता आहे?''

"एक तर विजापुरात किंवा बारामतीला. खानाविरुद्ध सह्यांची मोहीम तिथूनच सुरू झाली अशी नवीन माहिती मला नुकतीच मिळाली आहे. पाणी पिणार?''

"नको. आणखी काय नवीन तपशील सापडला आपल्याला?'' मी उत्सुकतेने प्रश्न केला.

"सरदारांतली भांडाभांडी. दुसरं काय? गुलाम नबीखान नावाच्या सरदारानं खानाच्या या धोरणाचा निषेध केला, तर अब्दुल रहमानखान नावाच्या दुसऱ्या सरदारानं नबीखानावरच टीकेची झोड उठविली. त्यानं आपणहून सरदारकी सोडावी, असं अब्दुल रहमानखान म्हणाला.''

"आपण बरीच नवीन माहिती, म्हणजे संशोधन केलं आहे.''

"ते माझं वैशिष्ट्यच आहे. या भेटीचा अन् सत्काराचा परिणाम काय झाला? खान खतम झाला. त्याची करिअर खलास झाली अन् पुढे आदिलशाहीच रसातळाला गेली.''

"त्याचं कारण खानानं दगलबाजी केली म्हणून.'' मी धीर धरून म्हणालो.

"ते बरोबर आहे; पण एकूणच हे प्रकरण गुंतागुंतीचं आहे. सध्या माझा तोच अभ्यास चालू आहे.''

राक्षसतागडीकरांचा हा निष्कर्ष मला चिंत्य वाटला. आपल्या पक्षातल्या मोठ्या

माणसाने शत्रुपक्षातल्या शिबिरात जाऊन त्यांनी केलेला सत्कार स्वीकारण्याचे कारण काय? हा अगदी बावळटपणाच झाला. पण 'विनाशकाले विपरीत बुद्धी' दुसरं काय?

शिरा संपलाच होता. काजूच्या बशीतही आता चार-दोन फुटके काजूच उरले होते. आता तेथे थांबण्यात काही अर्थ नव्हता. काहीतरी विचारायचे म्हणून मी शेवटी विचारले, ''मग औरंगजेबाने शिवाजी महाराजांना भेटीसाठी आग्र्याला बोलवलं, तीही त्याची चूकच झाली म्हणायची?''

''नाही, ती चूक नाही. ते दोघांचंही धाडस होतं.''

''ते कसं काय?''

राक्षसतागडीकर पाणी पिऊन मोठी ढेकर देत म्हणाले, ''या निमित्तानं शिवाजीचा काटा काढून टाकावा असा बादशहाचा हेतू होता म्हणून त्याचं धाडस! पण महाराष्ट्रातली आदिलशाही शिवाजी महाराजांनी नष्ट केली. शिवशाही स्थापन केली. मग त्यांचं लक्ष दिल्लीकडे लागणारच की नाही? एक लक्षात ठेवा, जो महाराष्ट्रातली आदिलशाही नष्ट करतो, तो मोगलशाही नष्ट करणारच! आदिलशाही बुडवली, आता दिल्लीचं मोगलांचं राज्य बुडवायचं, दिल्लीची सत्तापण काबीज करायची अशी स्वप्नं शिवशाहीला पडत होती. त्या तयारीनंच महाराज आग्र्याला गेले होते. मोगल सरदारांतही खूपच सुंदोपसुंदी चालू होती. म्हाताऱ्या बादशहाला तसं कुणी मान देत नव्हतं. म्हातारा फार संशयी. त्याला प्रत्येक सरदाराचा संशय यायचा. म्हणून कसलाही निर्णय तो करायचाच नाही. त्यामुळे दिल्लीची सत्ता मिळवणं सोपं होतं.''

मुलाखतीची वेळ संपली होती. थांबून काही लभ्यांश होईल असं दिसत नव्हतं. म्हणून मी त्यांचा निरोप घेतला आणि बाहेर पडलो. 'आता दिल्लीची सत्ता मिळवणं फारसं अवघड नाही.' हे त्यांचे वाक्य मात्र माझ्या मनात एकसारखे कितीतरी वेळ घुमत होते.

◆

# विरोधकांचं शस्त्र त्यांच्यावरच उलटवायचं!

तसे आमचे टगेवाडी हे गाव राजकारणात अतिशय पुढारलेले गाव म्हणून पहिल्यापासून प्रसिद्ध आहेच. गावात सर्व पक्ष आणि त्या पक्षांचे पुढारी आहेत. कार्यकर्त्यांपेक्षा पुढाऱ्यांची संख्या जास्ती आहे, असे माहीतगार लोक सांगतात. गावाला नगर परिषद किंवा म्युनिसिपालटी असल्यामुळे गावात सुधारणांना खूपच वाव आहे. निवडणुकीचा मोसम आला म्हणजे येथे भलतेच उत्साहाचे वातावरण असते. त्यामुळे सभा, मिरवणुका, घोषणा-युद्ध, मोठमोठे फलक, सायकल फेरी यांचा सतत दणका उडालेला असतो. गावाचे मुख्य पुढारी साहेबराव घोटाळे पाटील-घालमेलकर हे या निवडणुकीच्या व्यवसायातले तज्ज्ञ किंवा दादा मानले जातात. घालमेलकर-पाटील हे सर्वच काँग्रेस पुढाऱ्यांप्रमाणे मूळचे गरीब घराण्यातले. तसे मूळचे चाकरमाने, पण राजकारणात पडल्यानंतर त्यांची परिस्थिती काही वर्षांतच सुधारली. सध्या हे म्युनिसिपालटीचे कायम अध्यक्ष तर आहेतच, पण कुठलीतरी सहकारी बँक, कुठलीतरी सोसायटी यांचेही चेअरमन आहेत. नव्याने निघालेल्या साखर कारखान्याचेही ते संचालक आहेत. त्याशिवाय पेट्रोल पंप, एक परमिट रूम असलेले हॉटेल यांचेही ते धनी आहेत. अवघ्या आठ-दहा वर्षांत त्यांनी केलेल्या लोकसेवेला हे भरघोस फळ आलेले पाहून सर्वांनाच त्यांचे कौतुक वाटते.

'निवडणूक' हा घालमेलकर पाटलांचा हातखंडा विषय. त्या बाबतीत मोठमोठे लोक त्यांचा सल्ला घेण्यासाठी त्यांच्या बंगल्यावर खेटे घालतात, असे मी ऐकले होते. परवाच खूप दिवसांनी टगेवाडीत जाण्याचा योग आला. सध्या लोकसभेच्या निवडणुकीचे वारे वाहत होते. या निमित्ताने त्यांना भेटावे आणि त्यांचे मार्मिक विचार ऐकावेत म्हणून मी मुद्दाम त्यांच्या भेटीला गेलो. खरे म्हणजे माझ्यासारख्या सामान्य माणसाला त्यांची भेट घेणे तसे अवघड. गप्पागोष्टी, मुलाखत या गोष्टी तर लांबच्याच; पण माझ्यापाशी एक वशिला होता. लहानपणी आम्ही दोघेही एकाच वर्गात होतो आणि काही वेळेला एकाच बाकावर बसत होतो. आम्ही दोघांनी मिळून

वर्गात दंगा केला होता आणि दोघांनी मिळून मास्तरांचा मार खाल्ला होता. वार्षिक परीक्षेच्या वेळी माझ्या पेपरच्या जिवावरच ते आपला पेपर लिहीत आणि परीक्षा पास होत. ही ओळख त्यांनी पुढेही ठेवली होती हे विशेष.

मी त्यांच्या बंगल्यात पोचलो तेव्हा ते व्हरांड्यात चार-पाच मंडळींबरोबर बोलत बसले होते. जनतेची गाऱ्हाणी ऐकून घेऊन स्वत: त्यांना आश्वासन देणे, हा त्यांचा रोजचा सकाळचा उद्योग असतो. मी गेलो तेव्हा ते एका त्रस्त नागरिकाला सांगत होते, "विजेबद्दलची तुमची तक्रार खरी आहे. पण मी तरी काय करणार? तुमचं घर उंचावर आहे. वीज अजून फार उंचावर चढत नाही. त्यातून आता दाबनियमन आहे. तेव्हा काही दिवस जाऊ द्या. सध्या कंदिलावर भागवा. विजेचं प्रेशर वाढवून द्या म्हणून मी खटपट करेन. ते प्रेशर वाढलं की, आपोआप तुमच्या घरापर्यंत वीज चढेल. बराय, या आता."

तो नागरिक निघून गेला. इतरही दोघातिघांना याच पद्धतीने त्यांनी संतुष्ट करून वाटेला लावले. मग माझ्याकडे वळून ते म्हणाले, "काय बंडोपंत, फार दिवसांनी गावाकडं आलात! आज आमच्याकडे अशी काय पायधूळ झाडलीत?"

मी त्यांना मुलाखतीचा हेतू सांगितल्यावर ते लगेच तुच्छतादर्शक मुद्रा धारण करून म्हणाले, "लोकसभेची निवडणूक ना? काँग्रेस जिंकणारच. केंद्रात आमचंच सरकार पुन्हा येणार. तुम्हाला शंका वाटते का?"

"नाही, भाजपानं तुम्हाला गंभीर आव्हान दिलं आहे. आम्हीच केंद्रात बहुमत मिळवू असं ते म्हणताहेत."

"आमच्या विठ्ठलरावांनी त्यांना चोख उत्तर दिलंय ना! वाचलं नाही का पेपरात? ते म्हणतात, भाजपाचे फार फार तर पाऊणशे खासदार या खेपेला निवडून येतील. बस्स! अन् बहुमत तर शक्यच नाही. अगदी आकडेवारी देऊन त्यांनी सिद्ध केलंय. अहो, बैल फुगला फुगला म्हटलं तरी त्याची बेडकी कशी होणार?"

"तुम्ही उलटं सांगिलतंत." ढोबळ चूक अगदीच ऐकवेना म्हणून मी मध्येच बोललो, "बेडकी फुगली तरी तिचा काय बैल होणार? अशी इसापनीतीतली गोष्ट आहे ती. शाळेतही तुम्ही असंच उलटंसुलटं लिहीत होतात."

"म्हणून तर आम्ही या धंद्यात यशस्वी झालो. हा: हा:!" साहेबरावांनी गडगडाटी हास्य केले. "तुम्ही लेको सरळ उत्तरं देऊन काय मिळवलंत? जन्मभर मास्तरकीच ना! आज एक मास्तर आमची रोजची मंडई आणून देतो. दुसरा माझ्या पोरांना शाळेत घेऊन जातो."

"ते जाऊ द्या!" शिक्षकी व्यवसायाचा त्यांनी केलेला अपमान गिळून मी म्हणालो, "सध्या बहुसंख्य राज्यांत तर विरोधकांचं राज्य आहे. दिल्लीसुद्धा तुमच्या ताब्यात नाही. फार तर मध्य प्रदेश, आसाम, हरियाणा, पंजाब, हिमाचल प्रदेश

एवढीच राज्य! मग तुम्हाला बहुमत कसं मिळणार?''

साहेबरावांनी गंभीर मुद्रा धारण केली.

''खरं सांगू? जनता विरोधकांना आता कंटाळली आहे. अहो, राज्य करण्याची त्यांची लायकीच नाही. गुजरातेत बघा, भाजपामध्येच भांडाभांडी चालू आहे. आंध्रात तर सासरा अन् जावई यांच्यात मारामाऱ्या! महाराष्ट्रात तर काय युतीचंच राज्य. असल्या युत्या टिकत नसतात. बघा तुम्ही! आम्ही कॉँग्रेसवाले बघा. कितीही भांडणं असू द्यात. निवडणुकीच्या टैमाला सगळे एक! कारण तात्त्विक मतभेद आमच्यात नाहीतच. तत्त्वंच नाहीत तर मतभेद कुठले? हम सब चोर है, हा आमचा पाया. मग भांडणं केव्हातरी मिटणारच.''

''जनता पक्षाचं काय?''

''त्यांच्यात सगळे तात्त्विक मतभेदच! प्रत्येक जण तत्त्वनिष्ठ. ते कसलं बहुमत मिळवताहेत! या एकविसाव्या शतकातसुद्धा त्यांना कधी काळी राज्य करण्याची आशा नाही. अरे राज्य करावं ते आम्ही कॉँग्रेसवाल्यांनीच! त्यासाठी वाटेल ते धाडस करायची आमची तयारी असते. उगीच नाही आमचे शरद पवार शेतकऱ्यांचा कळकळा येऊन परवा बोलले. वेळ आली, तर त्यासाठी आम्ही रस्त्यावर येऊ म्हणाले. अशी हिंमत पाहिजे! त्यांची ही नुसती डरकाळी ऐकूनच सगळे शेतकरी गहिवरून गेले, अशी आतल्या गोटातली बातमी आहे.''

त्यांचे हे अस्खलित भाषण मध्येच थांबवून मी विचारले, ''पण तुमची पाच वर्षांच्या काळातली ती प्रकरणं? त्याचं काय?''

''कसलं प्रकरण?''

''कितीतरी आहेत की! हर्षद मेहता प्रकरण आहे. साखरेचा घोटाळा आहे. तंदूर प्रकरण तर केवढं गाजलं! परवाचं – दूरसंचार खात्यातलं भ्रष्टाचाराचं प्रकरण, शिवाय राजीव गांधींच्या काळातली बोफोर्सची भानगड अजून मिटलेली नाही. 'भ्रष्टाचाराचा कळस' हा मुद्दा भाजपा या निवडणुकीत लावून धरणार आहे.''

''ऊं! भ्रष्टाचार हा काही महत्त्वाचा मुद्दा नाही. आम्ही केला असेल भ्रष्टाचार, पण आम्ही विरोधकांचाही भ्रष्टाचार, खरा-खोटा पण बाहेर काढूच. नसला तरी काढू. एकदा लोकांना पटलं की, सगळेच भ्रष्टाचारी. मग आमचं काम सोपं. मग लोक आम्हालाच मत देणार. युतीचं सरकार सत्तेवर आल्यावर आम्ही नाही उठवलं? एका मंत्र्यानं काही कोटी रुपये घेऊन मटक्याला संरक्षण दिलं म्हणून? असं करावंच लागतं राजकारणात. अन् एक गोष्ट लक्षात ठेवा –''

''कोणती?''

''साधा नियम आहे. विरोधकांचं शस्त्र त्यांच्यावरच उलटवायचं. त्यांच्यापेक्षा जास्त आरडाओरडा करायचा. आमचे पवारसाहेब त्यात निष्णात आहेत. पायाला

जखम होऊन तो ठणकत असला ना की डोक्याचा केस एकदम उपटावा त्या पेशंटचा. म्हणजे मग तो पायाचा ठणका विसरतो. तशी आम्ही विरोधकांची काहीतरी भानगड काढूच बाहेर. त्याचा आरडाओरडा झाला की लोक आमच्या भानगडी विसरतील. पुन्हा आम्हालाच मतं देतील. बघाच तुम्ही.''

साहेबरावांनी विजयी मुद्रेनं पुन्हा एकदा हास्याचा गडगडाट केला. तेवढ्यात पुन्हा काही लोक भेटायला आलेले दिसले. आली, जनता आलीच. ''परब्रह्म भेटी पुंडलिक आला गा!'' असे म्हणत ते उठले आणि त्यांना सामोरे गेले. मीही मुलाखत संपली असे समजून उठून बाहेर पडलो.

◆

# संमेलन यशस्वी कसे करावे?
## मुख्याध्यापक तिरशिंगराव यांची योजना

आमच्या टगेवाडीतील 'काँग्रेस प्रशाला' ही शाळा तशी जुनी. गेली सव्वाशे वर्षे ही शाळा चालू आहे. एके काळी या शाळेतून अनेक नामवंत विद्यार्थी बाहेर पडले. त्यांनी खूप कर्तृत्व गाजविले. त्या वेळी शाळेच्या इमारतीत शिक्षण दिले जात असे आणि चांगलेचुंगले गुरुजी विद्यार्थ्यांना हे शिक्षण देण्यासाठी कष्ट करीत, असे जुने लोक सांगतात. त्या वेळीही शाळेत भांडाभांडी नव्हती, असे नाही. तेव्हाही विद्यार्थ्यांत दोन गट असायचे आणि त्यांच्यात चुरस असायची. 'कडक पक्षाचे विद्यार्थी' आणि 'मऊ पक्षाचे विद्यार्थी' यांच्यात नेहमी वादावादी होई. क्वचित भांडणेही होत, पण मारामारी, दंगामस्ती या गोष्टी अगदी क्वचित! त्यामुळे या शाळेचा लौकिक चांगला होता. याच शाळेत आपली मुले असावीत, असे बहुसंख्य पालकांना वाटे.

पण गेल्या पन्नास वर्षांत ही परिस्थिती पार पालटली आहे. येथे शिक्षणही दिले जाते, असे शाळेचे मुख्याध्यापक अजूनही घसा खरवडून सांगत असले, तरी त्यांच्या बोलण्यावर आता पालकांचाच काय, पण विद्यार्थ्यांचाही विश्वास बसत नाही. या शाळेत आता विद्यार्थ्यांचे वेगवेगळे गट आहेत. त्यांच्यात सतत मारामाऱ्या चालू असतात. दर पाच वर्षांनी शाळेचे मोठे स्नेहसंमेलन होते. त्या वेळी निवडणुका होतात. त्या जिंकण्यासाठी तर विद्यार्थ्यांत मारामाऱ्यांना ऊत येतो. एकमेकांवर वाटेल ते आरोप केले जातात. भांडाभांडी शिगेला पोहोचते. त्यामुळे शाळेचे नाव सध्या खूपच बदनाम झाले आहे. हल्ली पालकांचा या शाळेला फारसा पाठिंबा नाही. आता इतरही आणखी शाळा निघाल्या आहेत. त्यांची संमेलने तुलनेने शिस्तीत आणि यशस्वी रीतीने पार पडतात. म्हणून पालकांचा ओढा आता इतर शाळांकडे जास्त आहे. त्यापैकी 'भारतीय जनता हायस्कूल' आणि 'शिवशाही प्रशाला' या सध्या भरभराटीत आहेत. एक लाल रंगाची शाळाही गावात आहे. पण ती

प्रारंभापासून तोट्यात आहे. आतातर तिची इमारतही मोडकळीस आली आहे.

'काँग्रेस प्रशाला' ही शाळा पुन्हा भरभराटीस यावी म्हणून पाच वर्षांपूर्वी तिरशिंगराव नावाचे एक नवे मुख्याध्यापकही नेमले गेले. हे तिरशिंगराव मुळातच म्हातारबुवा. जवळजवळ निवृत्त झालेले. त्यातून कोणत्याही गोष्टींचा लवकर निर्णय न करण्याची त्यांची हातोटी. यामुळे शाळेत काही सुधारणा होईल, अशी चिन्हे दिसेनात. पाच वर्षांनी होणारे गॅदरिंग यंदा यशस्वी करायचेच, असे त्यांनी जाहीर केले असले, तरी त्या दृष्टीने त्यांनी काही हालचाली केल्या असे गावात कोणाच्याही कानावर येईना. पण त्यांनी शाळेत ऐक्य-प्रक्रिया सुरू केली आहे, अशी अफवा मात्र गावात पसरली होती. त्यांनी नेमके काय धोरण आखले होते, हे जाणण्याची उत्सुकता मलाही होतीच. म्हणून परवा सवड काढून मी त्यांच्या भेटीला गेलो.

मी त्यांच्या घरी गेलो खरा, पण त्यांची निवांतपणे भेट होईल, अशी काही चिन्हे दिसेनात. कारण शाळेतल्या विद्यार्थ्यांची फौजच्या फौज घराबाहेर तक्रारी सांगण्यासाठी जमली होती. त्यांच्यात तिथेही मारामाऱ्या चालूच होत्या; पण कसाबसा एका साधू पुरुषाच्या नावाचा वशिला लावून आणि साईबाबांचा फोटो दाखवून मी आत शिरलो आणि दहा-पंधरा मिनिटांनी एक मुलाखत मिळविण्यात यशस्वी झालो.

तिरशिंगरावांच्या खोलीत शिरलो तेव्हा ते एकटेच बसले होते. पुढ्यात निरनिराळ्या तक्रारींच्या फायलींचा ढीग पडला होता. त्या फायलींकडे ते शांतपणे पाहत आराम करीत बसले होते. खाली बसल्यावर मी पहिलाच प्रश्न विचारला, "या तक्रारींचा निर्णय तुम्ही केव्हा करणार?"

तिरशिंगराव मिस्किलपणे हसले.

"तुम्हाला काय वाटतं? या फायलीतल्या तक्रारी मी वाचत बसू? तसं केलं, तर दिवसरात्र मला तोच उद्योग करावा लागेल. या फायलीत काय आहे, हे न वाचतादेखील मला ठाऊक आहे. पोरांच्या मारामाऱ्या, याची त्याच्याविरुद्ध तक्रार, त्याची त्याच्याविरुद्ध तक्रार..."

"मग तुम्ही त्यांचा निकाल कसा लावणार?"

"अगदी सोपं आहे. दोघांचाही एकमेकांवर विश्वास नाही म्हणून ते निर्णय माझ्यावर सोपवितात. मी निर्णय देतच नाही. अहो, निर्णय दिला की कुणीतरी नाराज होणारच. कुणालाच नाराज करायचं नाही, हे माझं सध्याचं धोरण आहे. सगळ्यांचं नुसतं ऐकून घ्यायचं अन् हसायचं. फक्त मान हलवायची. त्याचा अर्थ कुणी कसाही लावावा."

तिरशिंगरावांचे 'विलंबकर' हे आडनाव किती सार्थ होते, हे माझ्या लक्षात आले. मग मी माझ्या मुख्य विषयाकडे वळलो.

"यंदाचं शाळेचं गॅदरिंग तुम्ही यशस्वी करून दाखविणार अन् पुन्हा गावात

शाळेचा नावलौकिक वाढविणार अशी गावात वदंता आहे.''

"खरी गोष्ट आहे.''

"मग या भांडाभांडीचं काय?''

तिरशिंगराव शांतपणे बोलले, ''त्यासाठी आम्ही शाळेत 'ऐक्य-प्रक्रिया' नावाचा नवीन प्रकल्पच राबविला आहे. त्याची कार्यवाही सुरूपण झाली आहे. निरनिराळ्या गटाचे विद्यार्थी एकमेकांना भेटू लागले आहेत.''

"हे ऐक्य होणार?''

"मी त्यांना सर्वांना तंबीच दिली आहे. ऐक्य झालं नाही, तर आपलं संमेलन यशस्वी होणार नाही. मग शाळा बंद करावी लागेल. बाकीच्या शाळा त्यासाठी टपलेल्याच आहेत.''

"आणखी काही उपाययोजना?''

तिरशिंगराव थोडा वेळ स्तब्ध राहिले. मग हळूच खालच्या पट्टीत बोलले. ''आता तुम्हाला म्हणून सांगतो. तुम्ही साईबाबांचा फोटो हळूच काढून दाखविलात म्हणून. संमेलन यशस्वी होऊन आमची शाळा परत पहिल्या नंबरवर यावी म्हणून मी एक प्रभावी युक्ती योजली आहे.''

"कोणती?''

"शाळेचे मुख्य पर्यवेक्षक बदलून टाकले. आमच्या संस्थेच्याच कॉलेजात काम करणारे खजीलकुमार म्हणून एक आहेत. त्यांचा सध्या इथल्या शाळेशी संबंध कमी आहे. त्यालाच पर्यवेक्षक म्हणून नेमून टाकले आहे. संमेलनाचे तेच प्रमुख सरचिटणीस. शिवाय संमेलन यशस्वी होण्यासाठी मी १६९ विद्यार्थ्यांची एक कार्यकारिणीच जाहीर करून टाकली.''

"एवढी मोठी कार्यकारिणी?'' मी तोंडाचा आ वासला.

" 'ऐक्य प्रक्रिया' म्हटल्यावर एवढी संख्या पाहिजेच. आमच्या नव्या कार्यकारिणीत अठरा चिटणीस आहेत.''

"अबब!...'' मी तोंडावर हात ठेवला.

"तेरा उपाध्यक्ष आहेत.''

"बाप रे!''

"हे काहीच नाही. अठ्ठावीस सरचिटणीस आहेत.''

"मेलो!'' नकळत मी एक किंकाळी फोडली.

"राहिले अठ्ठ्याहत्तर कार्यकारिणीचे सदस्य.'' तिरशिंगरावांनी कार्यकारिणीची माहिती पुरी केली. ''शिवाय आमची संमेलन प्रचार समिती वेगळीच आहे.''

"तिच्यात किती मंडळी आहेत?'' मी पुन्हा किंकाळी फोडण्याची तयारी ठेवली.

"फार नाहीत, फक्त एकशे पंचावन्न विद्यार्थी नेमले आहेत. खलासराव जगमुख

नावाच्या एका नापास झालेल्या विद्यार्थ्याला त्याचा प्रमुख नेमला आहे.''

''इतके सगळे विद्यार्थी संमेलनाचा प्रचार करणार?''

''अर्थातच!''

बराच वेळ माझ्या तोंडातून शब्द फुटेना. मला गिनीज बुकची आठवण झाली. थोड्या वेळात माझ्या डोक्यात एक विचित्र शंका डोकावली. राहवेना म्हणून शेवटी विचारले, ''का हो तिरशिंगराव, इतक्या सगळ्या विद्यार्थ्यांची नेमणूक केल्यावर मग शाळेत विद्यार्थी राहिले किती?''

''शून्य!'' तिरशिंगराव पुन्हा मिस्कीलपणे हसले, ''माझी तीच स्ट्रॅटेजी आहे. आपली नेमणूक झाल्यामुळे प्रत्येक जण खूश होणार. कोणाची तक्रारच यायला नको. आता विद्यार्थी शाळेत शिल्लकच नाहीत, हे कुणाच्या लक्षातच येणार नाही.''

''छान! उत्तम!''

''आता मला भीती फक्त एकच आहे.'' तिरशिंगराव मुलाखत संपवून जवळजवळ उठलेच.

''कोणती?'' मीही उठलो. निरोपाचा नमस्कार केला.

''इतक्या विद्यार्थ्यांची नेमणूक केल्यामुळे संमेलन यशस्वी होईल का त्याचं जास्तच वाटोळं होईल ही!''

◆

# नवे पंचतंत्र

पंचतंत्र, इसापनीती यांतल्या गोष्टी आता जुन्या झाल्या, असे नाही तुम्हाला वाटत? तो काळ वेगळा आणि त्या वेळचे प्राणीही वेगळे. त्या गोष्टींचे तात्पर्यही वेगळे. या सर्व गोष्टी आता कालबाह्य झाल्या आहेत. त्यातील तात्पर्यही आता निरुपयोगी ठरले आहे. आजच्या बदलत्या परिस्थितीनुसार अशा गोष्टींचा तपशील बदलला पाहिजे आणि अर्थातच त्यांचे तात्पर्यही बदलले पाहिजे.

आता हीच दोन शहाण्या बोकडांची गोष्ट घ्या. मूळ गोष्ट अशी :

### दोन शहाणे बोकड

एका नदीवर एक अरुंद पूल होता. पूल कसला, लाकडाचा एक भला मोठा ओंडकाच होता. एका वेळी एकच प्राणी त्या ओंडक्यावरून पलीकडे जाऊ शके. एकदा दोन बोकड परस्परविरुद्ध दिशेने त्या ओंडक्यावरून समोरासमोर आले. पुलाच्या ऐन मध्यावर त्यांची भेट झाली. त्यांना पुढेही जाता येईना आणि मागेही सरकता येईना. मागे सरकणे तर फारच अवघड होते. दोघे एकमेकांना न्याहाळत समोरासमोर उभे. शेवटी एक समंजस बोकड हळूच खाली बसला. दुसरा त्याच्या अंगावरून पाय देत पलीकडे गेला. मग पहिलाही उठून उभा राहिला. दोघेही सुखरूपपणे नदी ओलांडून आपापल्या दिशेने चालत गेले.

तात्पर्य – समंजसपणामुळे दोघांचेही भले होते.

आता ही गोष्ट जुनी आणि निरुपयोगी झाली आहे की नाही? आता ही गोष्ट अशी सांगितली पाहिजे.

एका नदीवर लाकडी ओंडक्याचा एक अगदी अरुंद पूल होता. एका वेळी एकच प्राणी त्यावरून जाऊ शकत असे. एकदा एका काठावर बरेच बोकड जमा झाले होते. कारण नदीच्या पलीकडच्या काठावर विधानसभा नावाची एक भव्य इमारत होती. त्या इमारतीत जाण्याची प्रत्येकाची इच्छा होती. पण इमारतीचा प्रवेश फक्त

जो पहिला येईल त्यालाच असे. एका बोकडाला अशी अधिकृत परवानगी मिळाली म्हणून तो पुढे घुसला, पण त्याच्याच कळपातील दुसरा बोकड चिडला. त्याने बंड करून त्याच्या पाठोपाठ त्या ओंडक्यावर धाव घेतली. पहिल्या बोकडाला त्याने मागून जोरदार ढुशी मारली. त्याचबरोबर पहिल्याने तोंड वळवून दुसऱ्यावर चाल केली. जोरदार मारामारी होऊन दोघेही रक्तबंबाळ झाले आणि पाय घसरून नदीत पडले. बघता बघता त्या प्रवाहात नाहीसे झाले. तोपर्यंत इतर प्राणी ही गंमत पाहत काठावर स्वस्थ उभे होते. रस्ता मोकळा झाला हे पाहिल्यावर त्यातला एक सशक्त बोकड चपळाईने पुढे झाला आणि त्याने भराभर पूल ओलांडला आणि विधानसभेच्या इमारतीत बघता बघता प्रवेश मिळविला.

तात्पर्य – दोघांच्या भांडणात तिसऱ्याचा लाभ हे तर खरेच, पण राजकारणात आपला विजय होण्यापेक्षा आपल्याच पक्षातील प्रतिस्पर्ध्याचा पराभव होणे जास्त महत्त्वाचे!

अशाच काही आणखी नव्या तात्पर्यकथा मला सुचल्या आहेत.

### एकी हेच बळ

'काँग्रेस भवन' नावाच्या एका मोठ्या घरात एका म्हाताऱ्याची अनेक मुले राहत होती. त्यांच्यात एकसारखी भांडणे आणि मारामाऱ्या चालत. जुनी तात्पर्ये, कथा त्यांना ठाऊक नव्हत्या असे नाही. सर्व काठ्या एकत्र बांधल्या म्हणजे त्या कुणी मोडू शकत नाही, पण त्याच काठ्या वेगवेगळ्या केल्या की चट्दिशी मोडतात म्हणून 'एकी हेच बळ' हे जुने तात्पर्य सर्वांनी पुस्तकात वाचले होते. पण लक्षात कोण घेतो? या घरावर कब्जा कुणाचा असावा, हा भांडणाचा मुख्य मुद्दा होता. पहिल्या तिन्ही मुलांत त्यावरून सतत धुसफुस चालायची. नरसिंह नावाच्या थोरल्या मुलाजवळ तिजोरीच्या किल्ल्या बापाने दिल्या होत्या. त्या आपल्याला मिळाव्यात म्हणून अर्जुन नावाच्या दुसऱ्या मुलाने खूप आकांडतांडव केले; पण थोरला नरसिंह पक्का वस्ताद. त्याने आपली लहान लहान भावंडे, घरातली गडीमाणसे, फार काय, घरातील इतर प्राणीही त्याने आपल्या बाजूला वळवून घेतले होते. त्यामुळे अर्जुनाचे काही चालेना. शेवटी अर्जुनाने चिडून नरसिंहावर निरनिराळे आरोप करून उघड भांडाभांडीला सुरुवात केली, जोरदार शिव्या दिल्या. या थोरल्या भावामुळे हे जुनाट घर लवकरच ढासळून पडेल असाही त्याने सर्वांना इशारा दिला.

मग मात्र नरसिंह चिडला. पण हे उघड न दाखविता त्याने शांतपणे एक काठी उचलली आणि अर्जुनाच्या टाळक्यात हाणली. मग इतरांनी त्याच्या पेकाटात लाथ घातली आणि त्याला घराबाहेर हाकलून दिले. बाकीच्या लहान लहान भावंडांनी

नरसिंहाची स्तुती केली. काही प्राण्यांनी तर 'योग्य वेळी उचललेले योग्य पाऊल' म्हणून आपली शिंगे हलविली. काहींनी शेपूट हलवून आपला आनंद व्यक्त केला.

तिसऱ्या क्रमांकाचा शरद नावाचा मुलगा जात्याच हुशार! अर्जुनाच्या बोलण्यात काही तथ्य आहे असे म्हणत त्याने नरसिंहाला आपला पाठिंबा जाहीर केला. आता या वेळी ही भांडाभांडी नको होती असे सांगतानाच अर्जुनाच्या आरोपासंबंधी घरात चर्चा व्हायला पाहिजे, हेही त्याने सांगून टाकले. त्याचे हे कसब सर्वांनाच दिङ्मूढ करणारे होते. पण हा तिसरा भाऊ जात्याच चलाख. मोठमोठ्या पैलवानांच्या तालमीत डावपेच शिकलेला. त्याला माहीत होते, एक भाऊ तर बाहेर गेलाच होता, थोरला नरसिंहही तसा थकला होता. त्यालाही एकदा रुग्णालयात पाठविले की, हे घर आपल्याच ताब्यात येणार. म्हणून तो खूश होता. त्या क्षणाची तो वाट पाहत होता.

तात्पर्य – दोघांच्या भांडणात तिसऱ्याने पडू नये. पण त्याने अगदीच तटस्थही राहू नये. एकाला सहानुभूती दाखवीत दुसऱ्याची पाठ थोपटावी. जीवनात अशी धूर्त माणसेच नेहमी यशस्वी होतात.

### शहाणा कावळा आणि गुंड कोल्हा

एकदा एका कावळ्याला चुकून का होईना पण पक्षाचे निवडणुकीचे तिकीट मिळाले. त्याच्या पक्षातील इतर प्राण्यांनाही ते तिकीट हवे होते. पण पक्षशिस्तीमुळे ते काही बोलले नाहीत. इकडे कावळा खूश झाला आणि ते तिकीट तोंडात धरून एका झाडाच्या फांदीवर जाऊन बसला. आपण आता निवडून आलोच, अशी गोड गोड स्वप्ने त्याला पडू लागली. पण इतर प्राणी गप्प बसले म्हणून काय झाले? पक्षात एक गुंड कोल्हा होता. त्यालाही तेच तिकीट हवे होते. आपल्या पक्षातल्या इतर ज्येष्ठ प्राण्यांसमोर त्याने धमकी दिली, ''कावळा कसा निवडून येतो ते मी पाहतोच! आता गाठ माझ्याशी आहे. एक लांडगा माझा मित्र आहे. त्याच्या मदतीने या कावळ्याला मी खलास करून टाकेन.''

त्याच्या या उघड उघड धमकीमुळे पक्षातील ज्येष्ठ प्राणीदेखील चकित झाले, पण ते काही बोलले नाहीत. कावळा मात्र घाबरून तिकीट तोंडात धरून उंच झाडावर जाऊन बसला.

हा कोल्हा मग त्या झाडाखाली गेला. कावळ्याला उद्देशून म्हणाला, ''मी जातिवंत कोल्हा आहे, हे लक्षात ठेव. मी तुला भुईवर फिरकू देणार नाही की शिताचा एक कणही देणार नाही. तू खाली आलास की, मी तुझ्यावर झडप टाकेन. मुकाट्यानं ते तोंडातलं तिकीट खाली टाक. नाहीतर माझ्याशी गाठ आहे.''

त्याची ही दमदाटी ऐकून कावळा भलताच घाबरून गेला. तो शहाणा होता.

कोल्ह्याने त्याची स्तुती करून त्याला गायला सांगितले असते, तर त्याने मुळीच चोच उघडली नसती. पण कोल्ह्याच्या धमकीला मात्र तो घाबरला. जगात दुबळ्यांचे काही चालत नाही हे त्याला माहीत होते. 'शीर सलामत तो तिकीट पचास' असे मनात म्हणत त्याने मुकाट्याने आपली चोच उघडली आणि ते तिकीट खाली टाकले. ते तिकीट तोंडात धरून सर्वांना ऐटीत दाखवत हा गुंड कोल्हा अखेर निवडणुकीला उभा राहिलाच.

तात्पर्य – दुसऱ्याची स्तुती केली म्हणजेच काम होते असे नाही. निदान राजकारणात तरी धमकावणीने कार्यभाग साध्य होतो.


## (भगवा) लांडगा आला रे आला!

बारामती गावचा एक तरुण मेंढपाळ एका मोठ्या रानात मुख्य मेंढपाळाचे काम करीत असे. त्याची हुशारी बघून रानाच्या मालकाने सर्व मेंढरांची काळजी घेण्याचे जबाबदारीचे काम त्याच्यावर सोपविले होते; पण हा मेंढपाळ पक्का बिलंदर! मेंढरांची काळजी घेण्यापेक्षा आपले कल्याण कसे होईल, हेच तो डोळ्यात तेल घालून पाही. मेंढरांना खुशाल चरायला सोडून हा तरुण पोरगा एका झाडाखाली गार सावलीत बसून राही. त्याचे मेंढरांकडे फारसे लक्ष नसायचे. त्याच्या कमरेला एक पावा होता. महिला कल्याण, दलित कल्याण असे कल्याण रागातले अनेक सूर तो पाव्यात काढी आणि स्वत:ची करमणूक करून घेई. मेंढरेही ते सूर ऐकून खूश होत. त्या नादात आपण उपाशीच आहोत हेही त्यांच्या लक्षात येत नसे. मेंढरांकडे याचे लक्ष नाही, हा लबाड मेंढपाळ आपली नोकरी फक्त कशी टिकेल हे पाहतो आहे, हे मालकाला हळूहळू लक्षात आले. याला नोकरीवरून काढून टाकावा असे विचारही मालकाच्या डोक्यात घोळू लागले. ही गोष्ट मेंढपाळाच्या कानावर गेली. मग त्याने एक खाशी युक्ती शोधून काढली.

एके दिवशी रानात राखोळीचे काम करीत असताना तो एकदम ओरडला, ''धावा धावा! लांडगा आला रे लांडगा आला!''

त्याची ही आरोळी ऐकून रानाचा मालक आणि इतर मोठमोठी मंडळी, गावकरी धावत धावत तेथे आली, पण त्यांना लांडगा कोठेच दिसेना. त्यांनी चौकशी केली तेव्हा धूर्त मेंढपाळ गंभीरपणे म्हणाला, ''खरोखरीच एक भगवा लांडगा मघाशी आला होता. आपली मेंढरं पळवायचा त्याचा विचार होता, पण मोठा पराक्रम करून मी मेंढरांचं रक्षण केलं. मी नसतो तर कठीण होतं.''

त्याच्या मालकाला ते बोलणे खरे वाटले म्हणून तो आणि गावकरी त्याचे कौतुक करून परत गेले. ही युक्ती सफल झाली हे पाहून त्या लबाड मेंढपाळाने हीच आरोळी दोन-तीन वेळा ठोकली 'भगवा लांडगा आला रे आला...' प्रत्येक वेळी

मालक आणि गावकरी त्याच्या बोलण्याला फसले. त्यांनी मेंढपाळाची नोकरी चालू ठेवली; पण दिवसेंदिवस मेंढरे खराब झाली. हे पाहून मात्र मालकाला पुढे पुढे शंका येऊ लागली. हा खोटा आरडाओरडा करतो, हे त्याच्या लक्षात आले. पुढे एकदा मात्र खरोखरीच भगवा लांडगा आला. मेंढपाळाने खूप आरडाओरडा केला, पण कोणी धावून आले नाही. त्या लांडग्याने बहुसंख्य मेंढरे पळवून नेली. मग मात्र त्या मालकाने त्या लबाड मेंढपाळाला नोकरीवरून काढून टाकले आणि रानातून घरी पाठवून दिले.

तात्पर्य – लबाडी, कुटिलता हे गुण चांगलेच. राजकारणात तर फारच उपयुक्त, पण हे नेहमीच उपयोगी पडतील असे नाही. केव्हातरी मालकाला शहाणपणा येतोच.

◆

# 'बंद' कसा यशस्वी करावा? एक अभ्यासवर्ग

परवा सहज गावाकडे गेलो होतो. एस.टी. बस स्थानकातून बाहेर पडलो, पण बाहेर सर्वत्र सामसूम दिसली. आज सर्वच बंद आहे म्हणून चौकशी केल्यावर समजले. आता मुकाट्याने चालत जावे असा विचार करीत होतो. तेवढ्यात एक मोटार कार माझ्यासमोर येऊन थांबली. कुणीतरी माझे नाव घेऊन हाक मारल्यासारखी वाटली म्हणून मी जरा कुतूहलाने पाहिले. गाडीत एक ओळखीची मूर्ती दिसली. मला जरा शंका आली. गावातले प्रसिद्ध पुढारी बाबूराव बंदरकर तर नव्हेत हे? नक्कीच बाबूराव हे! ती वाढलेली दाढी, तो काळा चष्मा अन् मुख्य म्हणजे नाकातोंडातून सतत बाहेर येत असलेले धुराचे लोट! नक्कीच हे देशभक्त बाबूराव बंदरकर.

बाबूरावांचा-माझा खूप वर्षांचा परिचय. आम्ही दोघेही एकाच शाळेत शिकलो. तसे ते मला ज्येष्ठ. माझ्यापेक्षा चार-पाच वर्षांनी तरी मोठे. ते मॅट्रिकमध्ये होते तेव्हा मी तिसरी-चौथीत असेन; पण शाळेत जे जमले ते त्यांना मॅट्रिकच्या परीक्षेत जमले नाही. शाळेत बऱ्याच शिकवण्या लावून अन् मास्तरांना दमदाट्या करून ते मॅट्रिकपर्यंत कसेबसे पोहोचले, पण मॅट्रिकच्या परीक्षकांना या थोर पुरुषाची योग्यता कधीच समजली नाही. दर वर्षी बाबू बंदरकर आपला नापास! असे होत होत आम्ही दोघेही एका वर्गात आलो. आम्ही दोघांनीही मिळून एकत्रच मास्तरांचा मार खाल्ला. त्याने दंगा केल्यामुळे सकारण आणि मी त्याच्या शेजारी बसल्यामुळे विनाकारण. त्यामुळे बाबूला माझ्याबद्दल माया वाटायची. पुढे मी साधा मास्तर झालो आणि तो गावातला प्रसिद्ध पुढारी झाला. तरी त्याने माझी ओळख ठेवली होती.

"काय बाबूराव, इकडं कुणीकडं?" मी सहज चौकशी केली.

"अरे तू भेटलास म्हणून थांबलो. आज बंद आहे ना? चल बैस गाडीत. कुठं जायचंय तिथं सोडतो तुला."

त्या नव्या कोऱ्या गाडीत बसल्यावर मला एकदम ऊब आली. गाडी सुरू झाली

तशा हळूहळू आमच्या गप्पागोष्टीही सुरू झाल्या.

"काय बाबूराव, घाईत दिसताय! कुठं निघालाय कुठं?"

ते मला अरेतुरे करीत होते, पण मला तसे करून कसे चालेल? बाबूराव गावातले मोठे पुढारी झाल्याचे ऐकून होतो. बंगला, मोटारगाडी, पेट्रोलपंप शिवाय एके काळचे आमदार. हे भाजप-शिवसेनेचे वारे आले म्हणून, नाहीतर ते निवडून आलेच असते. पण या खेपेला ते आपटले. आता लोकसभेला उभे राहणार अशी वदंता होती. अशा थोर माणसाला मी अरेतुरे कसा करणार? मी काहीतरी अदबीने पुटपुटलो. ते ऐकून ते म्हणाले, "म्हणजे गडबड नाही ना तुला घरी जायची? मग चल माझ्याबरोबर. आमचा एक अभ्यासवर्ग आहे. तिथे मी सामोपचाराचं भाषण करणार आहे. तूपण ऐक. चल."

"कसला अभ्यासवर्ग?"

"आता निवडणुकीचे दिवस आले ना! कार्यकर्त्यांना प्रशिक्षण दिलं पाहिजे. राजकारण, निवडणुकी म्हटल्यावर बंद, हरताळ, धरणं, घेराव, मोर्चा या सर्व गोष्टी कशा यशस्वी कराव्यात यासाठी हा अभ्यासवर्ग आहे. आज 'बंद' या विषयावरच माझं भाषण आहे. अरे, मी 'बंद' या गोष्टीतला 'एक्स्पर्ट तज्ज्ञ' आहे. समजलास! आज मी गाव मुद्दाम 'बंद' त्यासाठीच केलं."

बाबूराव बंदरकरांचा हा नावलौकिक मी ऐकून होतोच. ते खरोखरीच या विषयातले 'एक्स्पर्ट तज्ज्ञ' होते. काही ना काही कारण निघाले की, ते लगेच आमचे गाव बंद करीत. त्यामुळे वर्षातून बरेच दिवस शाळा, महाविद्यालये, दुकाने, बँका, हॉटेल्स, सिनेमा थिएटरे या गोष्टी आमच्या गावात बंदच असत. त्यामुळे विद्यार्थ्यांत बाबूराव भलतेच लोकप्रिय झाले होते. हॉटेल मालक, व्यापारी, थिएटर मालक तर नुसते बाबूरावांचे नाव घेतल्यावर थराथरा कापतात, असेही मी ऐकले होते. हल्ली 'बंदरकर' या आडनावाऐवजी त्यांना 'बंदकर' या नावाने लोक ओळखतात असेही कानावर आले होते. त्यांच्या या क्षेत्रातील अधिकाराबद्दल शंका घ्यायला काही जागाच नव्हती.

अगदी लहान मुलाच्या कुतूहलाने मी प्रश्न विचारला, "पण बाबूराव, या 'बंद'मुळे सामान्य लोकांना फार त्रास होतो ना? ते जनजीवन विस्कळीत का काय म्हणतात ते होतं ना?"

बाबूराव एखाद्या ऋषिमुनीसारखे गंभीरपणे हसले. माझ्या अडाणीपणाची त्यांना बहुधा कीव आली असावी.

"बंडू, किती रे साधाभोळा तू! अरे, सामान्य माणसाचं हित अन् राजकारण याचा काही संबंध नाही. सामान्य माणसाचं काही का होईना, आपलं राजकारण यशस्वी झालं पाहिजे. आपल्या पक्षाचं हित अन् आपला स्वतःचा फायदा या गोष्टी

सगळ्यात महत्त्वाच्या. समजलं?''

मी नकळत समजल्यासारखी मुद्रा केली. ''ते ठीक आहे.'' मी धीर करून पुढे विचारले, ''लोकांची खरोखरीच तशी इच्छा असली, तर हरकत नाही. पण तसं नसलं तर? मग बंद यशस्वी कसा करणार?''

''लोकांच्या इच्छेचा प्रश्नच येतो कुठे? लोकांचा पाठिंबा नसला, तरी बंद यशस्वी करता येतो.''

''तो कसा काय?''

''काही तरुण, तडफदार कार्यकर्ते फक्त पाहिजेत. मग जमतं सगळं. आपण 'बंद' म्हणून पुकारा करायचा. हे कार्यकर्ते लगेच कामाला लागतात. कार्यकर्त्यांना सतत काहीतरी काम देत राहिलं पाहिजे. तर राजकारणात आपला पक्ष पुढे येतो.''

''या कार्यकर्त्यांनी काय करायचं?''

बाबूरावांनी माझ्याकडे पाहून एक तुच्छतादर्शक हास्य केलं.

''एवढं कसं कळत नाही तुला? त्या कार्यकर्त्यांनी घोळका करून रस्त्यारस्त्यातून फिरायचं. आधी दुकानं बंद करायला लावायची. दुकानदार हा प्राणी अगदी भित्रा असतो, हे लक्षात ठेव. बाहेर जरा गडबड दिसली की, तो धाड्दिशी आपलं दुकान बंद करून टाकतो. विक्री नाही झाली तरी चालेल, पण दुकानातल्या मालाचं नुकसान नको व्हायला अशी त्याची दृष्टी असते. त्यातून एखादा अति शहाणा दुकानदार निघालाच, तर सरळ दंगाधोपा सुरू करायचा. दुकान सरळ लुटायचंच. मग काय धडाधड दुकानं बंद होतात. हा: हा:''

''पण असं करायला कार्यकर्त्यांची संख्या भरपूर पाहिजे.''

''ती नसली तरी चालते बाबा. अशा वेळी गुंड, मवाली, चोर नेमके आपल्या मदतीला धावून येतात. ते अशा संधीची वाटच बघत असतात. एरवी सगळं सुरळीत चालू असतं. त्यामुळे त्यांची खूप कुचंबणा झालेली असते. अशी थोर मंडळी लगेच कार्यकर्त्यांच्या मदतीला धावून येतातच. मग काय, एक दुकान लुटलं किंवा जाळलं तरी सगळी दुकानं बंद!''

''अन् शाळा-कॉलेज?''

''ती आपोआप बंद होतात. ही पालक मंडळीही भित्रीच असतात. आज 'बंद' आहे म्हटल्यावर ते आपल्या पोरांना पाठवीतच नाहीत शाळेत. आपोआप शाळा बंद.''

''पण सरकारी नोकर, चाकरमाने यांना तर असं करून चालत नाही. त्यांना तर नोकरीवर हजर व्हावंच लागतं. त्यांचं कसं काय?'' माझ्या शंका काही संपत नव्हत्या.

''हा, तिथं खरं कार्यकर्त्यांचं काम असतं. त्यांनी दुसरं काही करायचं नाही.

सरळ बसगाड्या पेटवून द्यायच्या; लोकलगाड्या अडवायच्या. आता याला जरा पराक्रम करावा लागतो. कारण पोलीस नावाचे लोक याच्या आड येतात. ते धरपकड करतात; मारहाण करतात. अश्रुधूर, लाठीहल्ला या सगळ्या अडचणींना तोंड द्यावं लागतं. काही वेळा तर सरळ गोळीबारसुद्धा करतात ही मंडळी.''

''त्यात एखादा कार्यकर्ता मेला तर?''

''कार्यकर्ता बहुधा मरत नाही. तो निसटलेला असतो. गुंड-मवालीसुद्धा बहुधा मरत नाहीच. एखादा सामान्य नागरिकच चुकून गोळी लागून खलास होतो. मग काय, तोच आपला कार्यकर्ता म्हणून जाहीर करायचं. लगेच त्याची भव्य अंत्ययात्रा काढायची. सरकारचा निषेध करायचा. अशानं आपला पक्ष पुढे येतो. एक गोष्ट लक्षात ठेव बंडू.''

''कोणती?''

''राजकारणात उपद्रवमूल्याला सर्वांत महत्त्व आहे. ज्याच्याजवळ ही शक्ती आहे, त्याला सगळे घाबरतात; शासनसुद्धा घाबरतं. म्हणून 'उपद्रवमूल्य वाढवा, अंतिम विजय आपलाच आहे' हा संदेश मी आज भाषणात देणार आहे. कसं वाटतं?''

''फार प्रभावी संदेश आहे. जंगलं वाढवा, पर्यावरण वाढवा, एकता वाढवा यापेक्षाही हा संदेश खचित मोलाचा आहे. बराय.''

त्यांच्या अभ्यासवर्गाची जागा येण्यापूर्वीच सुदैवाने माझे घर आले होते. म्हणून मी त्यांना नमस्कार केला आणि गाडीतून खाली उतरलो.

◆

# सावधान! तिसरी आघाडी येत आहे!

आज अरण्यातल्या एका निवांत जागी निरनिराळ्या प्राण्यांची एक संयुक्त सभा भरली होती. त्यात गाय-बैल होते, तसेच कोल्हे-लांडगेही होते, माकडे आणि गाढवेही होती. एखादे अस्वल, तरसपण दिसत होते. ससा, हरीण यांची संख्या कमी नव्हती. पण ते फक्त सभेत काय घडते ते पाहण्यासाठी आले होते. सभेतील चर्चेत त्यांना तसा काही रस असण्याचे कारण नव्हते. आपल्याला विचारतो कोण, हीच भावना त्यांच्या मनात असावी. त्यांच्या मुद्रेवर फक्त कुतूहल होते. इतर प्राण्यांच्या मुद्रा मात्र गंभीर होत्या.

सभेचा विषय फारच गंभीर होता.

निवडणूक जवळ आली होती. या पुढच्या पाच वर्षांत अरण्यावर अधिराज्य कोणाचे असावे यावर चर्चा चालू होती. बरीच वर्षे वनावर राज्य करणारा सिंह आता म्हातारा झाला होता. त्याच्या तोंडाचे साफ बोळके तर झाले होतेच, पण पंजांची नखेही गळून पडली होती. त्याचे बछडे सगळीकडे वाटेल तसा धुमाकूळ घालीत, पण त्यांना आवर घालण्याची शक्ती त्याच्यात उरली नव्हती. त्यांच्या-त्यांच्यात भांडणे लावून देऊन आपण सुरक्षितपणे बाजूला राहणे एवढेच त्याच्या हातात होते. पण हे पूर्वीप्रमाणे आपल्या अंकित आता राहतील की नाही याची त्याला खात्री वाटत नव्हती.

म्हाताऱ्या सिंहाला काळजी वाटावी याचे आणखी एक जबदरस्त कारण होते. दुसऱ्या एका तरण्याबांड सिंहाने त्या रानात प्रवेश केला होता. अरण्यातला काही प्रदेश त्याने बळकावलापण होता. आता सबंध अरण्यच ताब्यात घ्यायचे, अशी त्याची महत्त्वाकांक्षा होती. भगवी आयाळ असलेला हा सिंह तशा डरकाळ्या फोडत होता. वातावरण चिंता, काळजी यांनी कोंदून गेले होते.

या सर्व अत्यंत गंभीर पार्श्वभूमीवर सर्व प्राण्यांची आज एकत्र सभा भरली होती. पुढे काय करावयाचे यावर विचारविनिमय चालू होता.

लाल रंगाचा एक कोल्हा प्रथम उठला. आपली शेपटी त्याने पहिल्यांदा प्रेमाने हलविली. मग सर्व प्राण्यांकडे कावेबाजपणे पाहत त्याने प्रास्ताविक भाषणाला प्रारंभ केला, "मित्रहो, आपण या पुढच्या पाच वर्षांसाठी कोणतं धोरण ठेवायचं, हे ठरविण्यासाठी आज इथं गोळा झालो आहोत. त्या म्हाताऱ्या सिंहाचं राज्य आता बस्स झालं, असं नाही तुम्हाला वाटत?"

"पण तुम्ही कोल्हे मंडळीच कधी कधी त्या सिंहाच्या पार्टीशी मैत्री करता. त्याच्या कामासाठी धावत जाता. मग तुम्हाला एकदम ही उपरती कशी काय झाली?" एका रानरेड्याने उठून विचारले आणि मिश्कीलपणे मान हलविली.

"मला त्या वेळी सिंहाची आयाळ लालच आहे, असं वाटत होतं; पण पुढे ती पांढरी झाली. त्यामुळे हा सिंह अरण्यातल्या गोरगरीब प्राण्यांचे कल्याण करू शकणार नाही अशी आता माझी खात्री पटली आहे." कोल्ह्याने झट्दिशी सफाईने उत्तर दिले. मग त्याने सर्वांकडे बघून मुत्सद्देगिरीचे हास्य केले! रानरेड्याकडे बघून तुच्छतादर्शक मुद्रा केली.

"मित्रांनो, आणखी एक संकट आलं आहे. हा दुसरा तरणा सिंह सबंध अरण्य जिंकायची भाषा बोलतो आहे. हा सिंह पक्का जातीय मनोवृत्तीचा आणि प्रतिगामी विचारांचा आहे. आपल्यातल्या अल्पसंख्य प्राण्यांचा तो छळ करेल."

"त्याची कंबर बळकट आहे अन् नखं धारदार आहेत. परवाच मी त्याच्या हातून कसाबसा निसटलो." उत्तर अरण्यातील एक समाजवादी माकड मध्येच उभे राहून बोलले. "त्यानं मला झाडावरनं खाली उतरवलं अन् लांब हाकलून दिलं."

"तुझी लायकीच ती!" एक हरीण मध्येच उठून धीटपणे बोलले. "झाडावरची सगळी फळं तू अन् तुझे जातभाई दोघंच खात होता. हाकलून दिलं, उत्तम झालं!"

हरणाच्या या उत्स्फूर्त भाषणावर काही प्राण्यांनी टाळ्या वाजविल्या आणि आपला पाठिंबा जाहीर केला. कोल्हा, लांडगा हे वरिष्ठ प्राणी अस्वस्थ झाले. शेवटी सर्वांना पुन्हा एकदा शांततेचे आवाहन करीत कोल्हा म्हणाला, "आपण इथं एकमेकांच्या उखाळ्यापाखळ्या काढण्यासाठी जमलो आहोत का?"

"मग कशासाठी जमलो आहोत?" मघाचे समाजवादी माकड आपले लाल बूड कुरवाळीत म्हणाले, "आमच्या पार्टीत तर याच कामासाठी आम्ही एकत्र जमतो. एकमेकांशी मारामारी करणं, एकमेकांना शेपटीचे तडाखे देणं हा तर आमचा ऑप्शनल सब्जेक्ट आहे."

मर्कटराजांच्या या बोलण्यावर सगळीकडे हशाच हशा झाला. रानरेड्याने जवळच बसलेल्या एका म्हशीच्या पार्श्वभागाला जोरदार चिमटा घेतला. तिला हळूच नेत्रसंकेतही केला. ती बिचारी सभ्य म्हैस मुकाट्याने उठली आणि लांब जाऊन बसली. काही प्राण्यांनी एकमेकांना आपल्या शेपटीचे दणके देऊन टाळ्या बजावल्या.

"शांत राहा, कॉम्रेड्स, शांत राहा!" बंगाली लांडगा शेवटी उभा राहून बोलला. "हा केरळमधला कोल्हा अन् आम्ही यांच्यात तरी काय कमी भांडणं आहेत? आमच्या आमच्यात पण पुष्कळ मारामाऱ्या आहेत, पण तरी आम्ही एक झालो आहोत. तसंच आपण सर्वांनी एक होऊन ही निवडणूक जिंकण्याचा निश्चय केला पाहिजे."

"आमची तयारी आहे." एक पुष्ट बैल उभा राहू वशिंड हलवीत ओरडला. "आमच्या भीमशक्तीतपण अनेक पार्ट्या आहेत. जितके पुढारी, तितक्या पार्ट्या असं आमचं ब्रीदच आहे; पण तरी आम्ही एक झालो आहोत. आमची एकी अभेद्य आहे."

"तुम्हाला तुमचा एक अध्यक्ष निवडता येत नाही. भांडण नको म्हणून तुम्ही अध्यक्षीय मंडळ नावाचा एक अभिनव प्रकार सुरू केला आहे. तुमची कसली ही एकी?" मघाचे हरीण पुन्हा उठून उभे राहून बोलले. तो बैल शिंगे सरसावून आपल्याकडे चिडखोर मुद्रेने पाहतो आहे, हे पाहिल्यावर त्याने एकदम धूम ठोकली. एका क्षणात ते दिसेनासे झाले.

मग गाढव उठून उभे राहिले. मघापासून ते चुळबुळ करीत काही बोलण्याचा प्रयत्न करीत होते. आता कोठे त्याला संधी मिळाली. नेहमीच्या गंभीर मुद्रेने त्याने प्रश्न केला, "मग यावर उपाय काय? काय करावं म्हणता? लवकर सांगा."

"यावर उपाय आता एकच."

"कोणता?"

"तिसरी आघाडी." कोल्ह्याने निर्णय जाहीर केला.

"तिसरी आघाडी?"

"हां, तिसरी आघाडी. या दोन सिंहांच्या टकरीत दोघंही घायाळ होतील. दोन्ही आघाड्या एकमेकांवर आपटून कोसळतील. अशा वेळी आपली तिसरी आघाडी नक्कीच विजयी होणार अन् अरण्याचं राज्य आपल्या हातात येणार. हे राज्य समता, न्याय, बंधुता यांवर आधारलेलं राहील, असं मी सर्वांना आश्वासन देतो."

मग लांडग्यानं आपली संमती प्रगट केली, "होय, सर्वांना समान न्याय हे आमचं पहिलं तत्त्व. बोला, तिसरी आघाडी की! –"

पण जयजयकार तसाच राहिला. कारण याच वेळी दोन्ही दिशांनी दोन्ही सिंह इकडे चालून येत आहेत, ही बातमी झाडावरच्या माकडांनी आणि पक्ष्यांनी सभेत पोहोचविली होती. पाठोपाठ दुसऱ्या सिंहाच्या डरकाळ्याही ऐकू आल्या आणि तिसऱ्या आघाडीचा जयजयकार करण्यापूर्वीच तेथे पूर्ण सामसूम झाली.

◆

# नाचले थवे यादवांचे

परवाच आमचे समाजवादी मित्र गुंडू 'बेदरकार' याची एका तारांकित हॉटेलात अगदी अचानक भेट झाली. त्याचे खरे आडनाव 'बेदरकर', पण त्याच्या वागणुकीमुळे आणि बेधडक काहीही बोलण्याच्या सवयीमुळे सर्व लोक त्याला गुंडू 'बेदरकार' म्हणून ओळखतात. गुंडू काही माझा वर्गमित्र नव्हे. मित्र तर मुळीच नाही; पण लहानपणी आम्ही एका गल्लीत राहत होतो. आमची घरेही तशी समोरासमोर होती. गुंड्याच्या आईबाबांची रोज कडाकडा चालणारी भांडणे आम्हाला आमच्या घरातूनसुद्धा स्वच्छ दिसत. या रोजच्या भांडणामुळे गुंड्याही या कलेत अगदी लहानपणापासून तरबेज होता. कुठल्याही खेळात, गप्पागोष्टीत गुंडू आला की, भांडाभांडी ठरलेली. भांडण आणि मारामारी यासाठी कुठलेही कारण त्याला पुरायचे. एकदा तर उगीचच उभ्या राहिलेल्या गुंड्याला "काय गुंडोबा, आज भांडाभांडीला काही निमित्त नाही मिळालं का?" असा प्रश्न विचारल्याबरोबर "मी काय नेहमी भांडतो अन् मारामाऱ्या करतो काय?" असे संतापून बोलून गुंडोबांनी त्याच कारणासाठी जोरदार भांडण केले आणि दोघा-तिघांना ठोसेही ठेवून दिले.

असे हे गुंडोपंत पुढे मोठे झाल्यावर राजकारणात पडले. दुसरा कोणताच उद्योग न जमल्यामुळे कदाचित त्यांनी या व्यवसायाची निवड केली असावी. निदर्शने, निषेध, बंद, हरताळ, घेराव अशा तेजस्वी आणि धडाडीच्या उपक्रमात त्याचा नेहमीचा पुढाकार. त्यामुळे तो समाजवादी पक्षाचा कार्यकर्ता बनला तेव्हा कोणालाच आश्चर्य वाटले नाही. समाजवादी पक्षात गेल्यानंतर धडाधड पत्रके काढण्याची विद्याही तो लवकरच शिकला. त्यामुळे साथी गुंडू बेदरकर याचे नाव गावात सर्वतोमुखी झाले होते.

लहानपणी एका भांडणात त्याने एका गुद्यात माझा एक हलणारा दात पाडून डॉक्टराचा खर्च वाचवला होता. तेव्हापासून मला त्याच्या कर्तृत्वाबद्दल आदरच होता. बऱ्याच दिवसांनी गाठ पडल्यामुळे घटकाभर गप्पागोष्टी करायला हरकत

नव्हतीच. शिवाय नुकतीच कवळी बसविल्यामुळे गुंडूकडून तोही धोका नव्हता. एका टेबलाशी पाय पसरून गुंडू आरामात विडी ओढीत होता. समोरच लवंगी-विड्यांचे एक बंडल आणि काडेपेटी पडली होती. तो निरनिराळ्या युनियन्सचा सेक्रेटरी, खजिनदार वगैरे असल्यामुळे पैशाला तोटा नव्हताच. वेळप्रसंगी पंचतारांकित हॉटेलातही त्याचा मुक्काम असे; पण ही बिडी मात्र कायम होती. सिगारेट त्याने कधीही ओढली नाही. गुंडूनेच एकदा खुलासा केला, "भारी सिगारेटी ओढणं मला काही अवघड आहे का? पण नाही! आपल्या देशातल्या गरीब माणसाला सिगारेट परवडते का? तो बिचारा बिडी ओढतो. मी गरिबांचा कैवारी आहे. म्हणून मी बिडीच ओढणार. गांधीबाबानं नाही का जन्मभर पंचाच नेसला?"

मी त्याच्याजवळ जाऊन त्याला नमस्कार केला. आश्चर्य म्हणजे त्याने मला ओळखले.

"दातपडका बंडू ना रे तू? मास्तर आहेस ना?" असे म्हणून त्याने माझ्याशी हस्तांदोलन केले. माझ्यासाठी चहा मागविला. चहाबरोबर थोडा वेळ इकडेतिकडे गप्पागोष्टी झाल्या. मधूनमधून कुणीतरी कामगार येऊन 'गुंडू' म्हणून त्याला हाक मारीत होते आणि काही सल्ला विचारीत होते. तोही काही तेजस्वी संदेश प्रत्येकाला देत होता.

मला राहवेना म्हणून मी प्रश्न केला, "गुंडोपंत, आता तुमची दाढी पांढरी झाली. पन्नाशी उलटून गेली. अजून तुम्हाला लोक 'गुंडू' म्हणून कसे हाक मारतात? तुम्हाला चालतं हे?"

गुंडू पहिल्यांदा तुच्छतेने हसला. मग तो गंभीर झाला.

"बंड्या, तू मध्यमवर्गीय! म्हणजेच प्रतिगामी. तुला नाही समजायचं."

"तरी पण –"

"अरे माझं खरं नाव निराळंच होतं. पण आता मीसुद्धा ते विसरलो आहे. लहानपणी मला गुंडू म्हणत. तेच मी कायम केलंय. अरे आमच्यात – म्हणजे समाजवादी पुढाऱ्यांत एक संकेत आहे. सामान्य माणसालादेखील आपलं नाव चट्दिशी उच्चारता आलं पाहिजे. म्हणून शक्यतो दोन अक्षरी पाहिजे. तू बघ – बंडू, दत्तू, मधू, निळू, बापू अशीच नावं आमच्या नेत्यांची आहेत की नाहीत? म्हणून मीसुद्धा गुंडूच कायम केलं. अशी नावं असली की, तळागाळातल्या माणसालासुद्धा आपुलकी वाटते."

"खरं आहे." मी मान डोलावली. "पण सध्या तुझा काय उद्योग चालला आहे? निवडणुकीच्या घाईत असशील?"

"घाई म्हणजे काय, 'लगीनघाई' म्हणेनास!" गुंडू पुन्हा हसला. "खरं म्हणजे आमच्या समाजवाद्यात 'लगीनघाई' हा जुनाट शब्द चालत नाही. 'घटस्फोट-घाई'

असं म्हणायला पाहिजे खरोखर! आमचं राजकारण वेगळ्या अर्थानं जोडाजोडीचं. पण सध्या आम्ही फार खूश आहोत. तुला काय वाटतं? खुशीचं कारण काय असेल?''

''कुठल्याही म्युनिसिपालिटीत किंवा विधानसभेत एखादा समाजवादी कार्यकर्ता निवडून आला काय?'' मला एकदम शंका आली.

''नाही, तसं नाही घडलेलं अलीकडं.''

''मग?''

''अरे, आमचे नेते मुलायमसिंग यादव अन् जनता दल यांच्यात समझोता आला ना! आता आम्ही एकत्र लोकसभेची निवडणूक लढवणार. तू फोटो नाही पाहिलास पेपरमध्ये? मुलायम अन् लालूप्रसाद दोघंही यादव गळ्यात गळा घालून उभे आहेत तो? आता मात्र आम्ही जिंकणारच ही लोकसभेची निवडणूक.'' गुंडूच्या मुद्रेवर आत्मविश्वासाचे तेज लकाकत होते. 'नाचले थवे यादवांचे' ही नाट्यगीतातली ओळ मला आठवली.

''म्हणजे दिल्लीची सत्ता...''

''आमच्या या तिसऱ्या आघाडीकडे. हा: हा:!'' गुंडोबा विजयोन्मादाने हसले.

''परवा ठाण्याच्या प्रचारसभेत आमचे मुलायमसिंग काय म्हणाले वाचलंस?''

''काय म्हणाले?'' उत्सुकता नव्हती, पण तरी मी प्रश्न केला. ''काँग्रेस अन् भाजपा दोघांनाही त्यांनी –''

''तर! भरपूर शिव्या घातल्या. भाजपाला सर्वांत जास्त.''

''कारण?''

''काँग्रेस आता म्हातारी झाली आहे रे! खरे यादव भांडखोर आम्ही, पण आम्ही एक झालो अन् यादवी युद्ध मात्र काँग्रेसमध्ये चालू आहे. काँग्रेसची कसली भीती आता, असं त्यांना म्हणायचं होतं.''

''बरोबर! अन् भाजपा?''

''त्यांना आम्ही लोळवणार. दिल्लीची सत्ता काबीज करायचं त्यांचं स्वप्न आम्ही चकणाचूर करून टाकणार. आमची तिसरी आघाडी सत्तेवर आलीच पाहिजे. नाहीतर देश गुलामगिरीकडे जाईल असं स्वच्छ मुलायमसिंगांनी लोकांना बजावलं.''

''काय रे, तुमचे हे मुलायमसिंग मोठे विनोदी वक्ते आहेत काय?'' मी गंभीर मुद्रेनं पृच्छा केली.

गुंडूचा चेहरा गोरामोरा झाला.

''का बरं? असं का विचारतोस तू?''

''काही नाही. मला एकदम मराठीतली एक साधी म्हण आठवली.''

''कसली म्हण?''

"नाही, आम्ही दिल्लीची सत्ता काबीज करणार म्हणाले ना ते? म्हणून आठवलं."

"काय आठवलं?"

मी उठून उभा राहिलो. बाहेर जाण्यासाठी पवित्रा घेतला.

"मुंगळा म्हणतो मी संबंध गुळाची ढेप उचलणार, पण त्याचा वकूब किती हे त्याची कंबरच सांगत नाही का?"

आणि झटक्यात हॉटेलच्या बाहेर धूम ठोकली.

◆

# हस्तिनापुरातील सत्ता-स्वयंवर

आमचे इतिहास-संशोधक मित्र प्राध्यापक गुंडो धोंडो डिटेलवार यांचे नाव सर्व भारतवर्षात माहीत आहे की नाही हे मला माहीत नाही, पण आमच्या गावात तरी त्यांची कीर्ती या वेशीपासून त्या वेशीपर्यंत पसरलेली आहे. इतिहासाप्रमाणे प्राचीन वाङ्मयाचादेखील त्यांचा अभ्यास दांडगा आहे. जुन्या पोथ्या आणि कागदपत्रे हे नुसते त्यांनी एकवार पाहिले, तरी त्या पोथ्या जुन्या आहेत हे ते झटक्यात सांगू शकतात. अशा अनेक पोथ्यांचा त्यांच्या घरी प्रचंड संग्रह आहे. त्यांचे वाचन करून नित्य नवनवे संशोधन करणे हा त्यांचा आवडीचा छंद आहे. आग्र्याहून सुटका होताना शिवाजी महाराजांनी फक्त संभाजीला मिठाईच्या पेटाऱ्यात लपविले होते आणि स्वत: बादशहा औरंगजेबाचेच सोंग हुबेहूब आणून त्यांनी सर्वांचे सलाम घेत राजरोस बाहेर पलायन केले, हे मौलिक संशोधन त्यांचेच. सबळ पुराव्याच्या अभावी इतर संशोधकांनी हे सत्य मान्य केले नाही, हा भाग निराळा. संत नामदेव दोन की तीन असा वाद असला, तरी तसे नामदेव चार-पाच होऊन गेले, हेही त्यांचे म्हणणे अजून सर्वमान्य झालेले नाही; पण त्यांची विधाने चिंत्य असतात, हे काही जणांनी खासगीत मान्य केलेले आहे.

तर सांगायची गोष्ट अशी की, थोर संशोधक परवाच अचानक भेटले. मला पाहिल्याबरोबर त्यांना भलताच आनंद झाला. मला म्हणाले, "बरे भेटलात बंडोपंत! मला एक नवीन पोथी सापडली आहे. संपूर्ण पोथी मिळाली नाही, पण एका अध्यायातली काही पानं सापडली. चला घरी, तुम्हाला दाखवितो."

"पोथी कसली? काय नाव ग्रंथाचं?" मी सहज कुतूहलाने चौकशी केली.

"सत्ता-स्वयंवर."

"सत्ता-स्वयंवर?" मला आश्चर्य वाटलं. "हे कसलं स्वयंवर?"

"तीच तर गंमत आहे." गुंडो धोंडो अभिमानाने छाती फुगवून बोलले. "आतापर्यंत तुम्ही दोनच स्वयंवरं ऐकली असतील! 'सीता-स्वयंवर' आणि 'रुक्मिणी-स्वयंवर.'

बरोबर?''

मी होकारार्थी मान हलविली.

''अहो, पूर्वीच्या कवींच्या काव्याचे हे दोन विषय ठरलेले. एक 'सीता-स्वयंवर' तरी किंवा 'रुक्मिणी स्वयंवर' तरी. काही कवींनी दोन्ही ग्रंथ लिहिले आहेत.''

''द्रौपदी-स्वयंवर ही गोष्ट ऐकून माहीत आहे, पण त्याच्यावर कवींचा ग्रंथ नाही ऐकलेला.''

''तेच सांगतोय मी,'' गुंडो धोंडो विजयी मुद्रेने बोलले, ''हे माझं अगदी नवीन संशोधन आहे. 'सत्ता-स्वयंवर' हा नवीनच अद्‌भुत ग्रंथ अर्धवट सापडलाय. चला, घरी चला. चहा घेता घेता त्यातल्या घटना थोडक्यात सांगतो.''

सकाळची वेळ. चहाचे निमंत्रण नाकारणे अगदी जिवावर आले म्हणून आधी काही खाल्ल्याशिवाय मी चहा घेत नाही हे त्यांना बजावून त्यांच्या घरी गेलो. डिटेलवारांनी घरात कांदापोहे आणि चहाची ऑर्डर दिल्यावर मलाही त्यांचे संशोधन समजावून घेतलेच पाहिजे, असे मनापासून वाटले.

टेबलावर एका जुनाट पोथीची काही सुटी पाने पडली होती. तिकडे बोट दाखवून गुंडो धोंडो म्हणाले, ''हीच ती पोथी. सगळी सापडली नाही. पण एक-दोन अध्याय मिळाले आहेत. पोथीचं नाव 'सत्ता-स्वयंवर' असंच आहे. ओव्या वाचून दाखवू?''

''नको,'' मी बिचकून म्हटले, ''थोडक्यात सारांश सांगा.''

गुंडो धोंडोंना भलताच उत्साह चढला. ती फाटकी पोथी हातात घेऊन त्यांनी एकवार तिच्यावर दृष्टी फिरविली.

मग ते खणखणीत सुरात म्हणाले, ''हस्तिनापूर नगरीत शंकरदयाळ नावाचा एक राजा राज्य करीत होता. अत्यंत धार्मिक आणि सज्जन म्हणून त्याची ख्याती होती. त्याच्या कन्येचं नाव सत्ता. ही सत्ता मोठी झाली. चांगली वयात आल्यावर भलतीच सुंदर दिसू लागली. अनेक राजे-महाराजे तिच्या मोहात पडले. तेव्हा शेवटी शंकरदयाळ राजाने ठरविले की, या आपल्या कन्येचे स्वयंवर करायचे. या कन्येने स्वत:च्या इच्छेनुसार आपला वर निवडावा. तिला आवडेल त्याच्या गळ्यात तिने माळ घालावी.''

''बरोबर.'' मी मान हलवली. '' 'स्वयंवर' शब्दाचा अर्थ तोच आहे. स्वत: वर निवडणं. बरं, पुढे?''

''शंकरदयाळ राजानं स्वयंवराची सगळी सिद्धता करण्यास शेषन नावाच्या आपल्या प्रधानाला सांगितलं. त्याप्रमाणे स्वयंवराची द्वाही सर्वत्र फिरविण्यात आली. देशोदेशीचे राजे त्याप्रमाणे स्वयंवरासाठी राजधानीत दाखल झाले. मोठी राजसभा भरली. तीन-चार ठळक राजे तर मिशीला पीळ भरून ही सत्तासुंदरी आपल्यालाच

माळ घालणार अशी वल्गना मोठमोठ्यांदा करू लागले. त्यांच्या चारणभाटांची त्या सर्वांची स्तुती करण्यात अहमहमिका लागली.''

''अगदी इंटरेस्टिंग स्टोरी आहे! हे स्वयंवर आख्यान मी आतापर्यंत कधी ऐकलं नव्हतं.'' पोह्याच्या भरगच्च बशीत चमचा खुपसता खुपसता मी अभिप्राय दिला. मग तोंडात एक मोठा बोकाणा भरला. ''मग पुढं काय झालं?''

''पुढं काय?'' कवी वर्णन करतो – ''ही सत्तासुंदरी हातात माळ घेऊन त्या राजसभेत आली आणि तिची सखी एकेका राजाचा तिचा परिचय करून देऊ लागली. प्रत्येक राजा आशाळभूत मुद्रेनं तिच्या माळेकडं (आणि अर्थातच तिच्याकडेही) पाहू लागला. सखी पहिल्या राजाकडे बोट करून म्हणाली, ''सखे सत्तासुंदरी, हा आंध्रबिट्टा. नरसिंहराजे. एके काळी हा चक्रवर्ती सम्राट होता, पण काहीच न करण्याच्या याच्या स्वभावामुळे यानं आपलं साम्राज्य गमावलं. तरी तुझी प्राप्ती होईल अशी याला अजून आशा आहे.''

''सत्तासुंदरी पुढे सरकली. आंध्रसम्राट कोमेजले. ''सखे, हा गंगाकाठचा राजा विश्वनाथप्रताप. प्रकृतीमुळं स्वत: स्वयंवराला उभा नाही, पण अनेक लहान लहान राजांना एकत्र करून हा इथं धडपडला आहे. सर्वांचं एक निधर्मी राजामंडळ बनवून त्याच्या नेत्याला निदान तू माळ घालावीस अशी त्याची इच्छा आहे.''

'' ''कोण आहे यांचा नेता?'' सत्तासुंदरीने पृच्छा केली.

'' ''तेच अजून ठरत नाही. चौऱ्यांशी वर्षांचे बंगसम्राट ज्योतीकुमार बसू यांना पहिल्यांदा नेता बनवलं. पण त्यांच्याच राज्यात गडबड घोटाळा असल्यामुळे नंतर ते नको म्हणाले. त्यामुळे पुन्हा पेच निर्माण झाला.''

''सत्तासुंदरी हळूच म्हणाली, ''मग इथं यायच्या आधी एखाद्या हत्तीणीच्या सोंडेत माळ देऊन नेत्याची निवड करायची. तसं का नाही केलं त्यांनी?''

'' ''कदाचित त्यांना हत्तीण मिळाली नसेल.'' सखीने उत्तर दिले. राजसभेत सर्वत्र हशा पिकला.

''सखी पुढे म्हणाली, ''अखेर कन्नडनृपाधिपती देवेगौडा यांना या राजमंडळानं आपला नेता निवडलं. हाच तो नृपाधिपती.''

''सत्तासुंदरी निर्विकार मुद्रेने पुढे झाली. कन्नड राजाचे मूळचे काळे मुखमंडळ आणखीनच काळवंडले. शेवटी सत्तासुंदरी एका प्रसन्न मुद्रेच्या, विशाल नेत्र असलेल्या, मुद्रेवर बुद्धिमत्तेचे तेज विलसणाऱ्या एका पुरुषासमोर आली. त्याला पाहूनच तिच्या मुद्रेवर लज्जेचा एक लहानसा तरंग उमटून गेला.

''लज्जित मुद्रेने तिने विचारले, ''गडे सखी, हा कोण तेजस्वी राजपुरुष?''

''सखी म्हणाली, हा कोणी राजवंशातला पुरुष नाही, पण सम्राट बनण्याची शक्ती असलेला हा लोकनेता आहे. याचं नाव अटलबिहारी. चारित्र्यसंपन्न आणि

उदारमतवादी म्हणून याची ख्याती आहे. तू यालाच माळ घातलीस तर प्रजेचं कल्याण होईल, असं माझं मत आहे.''

"सखीचे हे बोलणे पुरे होते न होते तोच सत्तासुंदरीने सुहास्य मुद्रेने या खऱ्या लोकनेत्याच्या गळ्यात माळ घातली. त्याबरोबर स्वयंवराचा सोहळा पाहण्यासाठी ताटकळत बसलेल्या पौरजनांनी टाळ्यांचा कडकडाट करून आपला आनंद व्यक्त केला.

"सर्व इच्छुक राजे मात्र संतप्त मुद्रेने उठले. कसा हा सत्तासुंदरीला घेऊन जातो तेच आम्ही पाहतो, आता आमच्याशी त्याला युद्धच करावं लागेल, असा आरडाओरडा करीत ते बाहेर पडले.''

हा वृत्तान्त सांगून प्रोफेसर डिटेलवार शेवटी म्हणाले, "इथपर्यंतचीच या ग्रंथातील पाने सापडली. पुढे या सर्व राजांनी युद्ध केले की नाही आणि शेवटी कोणाचा विजय झाला, हे मात्र अजून उपलब्ध नाही. माहिती सापडली की तुम्हाला सांगतोच.'

◆

# विसाव्या शतकातल्या देवींची भग्न मंदिरे

इसवी सन २५९६ सालचीच ही आणखी एक गोष्ट आहे!

शासनाच्या पुराणवस्तू संशोधन विभागाच्या वतीने एक परिसंवाद आयोजित करण्यात आला होता. शासनाचा कार्यक्रम आणि तोही विद्वान संशोधक आणि जिज्ञासू विद्यार्थी यांचा! असा 'सेमिनार' म्हटल्यावर तो कसा झाला असेल, ते चाणाक्ष वाचकांना काय सांगावयास पाहिजे? एका सप्ततारांकित हॉटेलमध्ये सर्वांची उत्तम व्यवस्था करण्यात आली होती. पंचतारांकित हॉटेले आता मागे पडली होती. प्रत्येक हॉटेलचा स्वतंत्र विमानतळ आणि तरुण सुंदरीसमवेत नाचण्यासाठी स्वतंत्र नृत्यगृह असे दोन नवीन तारे जेथे असतील ते सप्ततारांकित हॉटेल. मग परिसंवादाला विद्वानांची गर्दी होणार नाही तर काय होईल? सर्व देशभरातून जिज्ञासू मंडळी तेथे गोळा झाली होती. सामीष आहार, भरपूर निद्रा, जलक्रीडा, नृत्य इत्यादी महत्त्वाच्या कार्यक्रमातून वेळ मिळालाच, तर विद्वानांचे संशोधनपर प्रबंध किंवा पेपरही वाचले जात. काही विद्वान छायाचित्रे, चित्रपट इत्यादींच्या साहाय्याने आपल्या सिद्धान्तांची प्रात्यक्षिके करून दाखवीत. आश्चर्य म्हणजे काही सहभागी सदस्य अशा कार्यक्रमाला कधी कधी उपस्थितही राहत.

सेमिनारच्या शेवटच्या दिवशी एका संशोधकाचे प्रात्यक्षिकासह व्याख्यान होते. व्याख्यानाचा विषय होता – '५०० वर्षांपूर्वीची भारतातील भंगलेली देवळे आणि त्यांची शिल्पे.' या व्याख्यानानंतर हा सेमिनार संपणारच होता आणि सर्वांची टी.ए.डी.ए. बिले आणि मानधन लगेच देण्यात येऊन त्यांची बोळवण करण्यात येणार होती. त्यामुळे झाडून सर्व विद्वान आणि जिज्ञासू विद्यार्थी या व्याख्यानाला उपस्थित होते. व्याख्याता मॅजिक लॅंटेर्नसारख्या कुठल्यातरी आधुनिक यंत्रांच्या साहाय्याने पडद्यावर निरनिराळी भग्न मंदिरे दाखवीत होता आणि त्यावरील भाष्य सर्वांना ऐकवीत होता.

"विसाव्या शतकातील ही निरनिराळी पडकी देवळं आहेत." व्याख्याता म्हणाला.

“त्यांचा अभ्यास करताना एक महत्त्वाची गोष्ट माझ्या लक्षात आली. ती म्हणजे ही सर्व मंदिरं देवींची आहेत. हे पाहा ना, दिल्ली किंवा हस्तिनापूरचं एका देवीचं मंदिर. खरं म्हणजे हे मंदिर नव्हतंच. देवीचा तांदळा म्हणून एक ओबडधोबड दगडच फक्त इथं तुम्हाला दिसेल.”

“देऊळ न बांधलेली अशी ही कुठली देवी?” एका जिज्ञासूने उभा राहून प्रश्न केला.

व्याख्याते म्हणाले, “अगदी योग्य प्रश्न! विसाव्या शतकाच्या अखेरीस ‘इंदिरादेवी’ नावाची एक देवता होती. तिचा भगतगण सर्व देशभर पसरला होता. ‘इंद्रप्रस्थ’ असं या नगरीचं जुनं नाव बदलून ते ‘इंदिराप्रस्थ’ असं ठेवावं, असंही काही भक्तांचं म्हणणं होतं. या देवीचं प्रस्थ खरोखरीच त्या काळी फार माजलेलं होतं. या देवीची कृपा झाली, तर भक्ताला कोणतीही गोष्ट ताबडतोब प्राप्त होत असे. असुरशक्तीशी युद्ध करून तिने वंगदेश मुक्त केला. फार मोठा विजय मिळविला. तेव्हापासून तिला ‘अविंधासुरमर्दिनी’ असं नाव पडलं. काही दुष्ट शक्तींनी तिचं लौकिक चरित्र संपुष्टात आणलं. नंतर तिच्या इच्छेप्रमाणे तिचा फक्त तांदळा इथं स्थापन केला आहे.”

श्रोत्यांमध्ये आता गंभीर वातावरण निर्माण झाले होते. आणखी काही प्रश्न विचारून आपण जागे आहोत हे सिद्ध करण्यासाठी काही जण उत्सुक झाले होते. तेवढ्यात दुसऱ्या एका भग्न मंदिराचा देखावा सर्वांना दिसला. व्याख्याते या मंदिराची रोमहर्षक कहाणी सांगू लागले –

“मित्रांनो, हे जे भग्न मंदिर तुम्ही पाहत आहात, ते मद्रासमध्ये पाचशे वर्षांपूर्वी बांधलं गेलं. हेही एका देवीचंच मंदिर. या देवळाचं वैशिष्ट्य लक्षात आलं का तुमच्या? या देवळाचा गाभारा प्रमाणाबाहेर मोठा आहे. या देवीचं नाव ‘जयललिता देवी.’ या देवीचा आकार मुळातच फार मोठा. त्यामुळे गाभाराही तसाच प्रशस्त बांधावा लागला. या देवीचा अनुयायी वर्ग मद्र देशापुरताच, पण फार मोठा होता, अशी माहिती सापडली आहे. देवीच्या अवाढव्य मूर्तीमुळे तिच्याभोवती प्रदक्षिणा घालायलाही फार वेळ लागत असे. ही देवी क्रोधायमान झाली, तर तिचे भक्त चळचळा कापत असत. आपली निष्ठा सिद्ध करण्यासाठी काही निष्ठावंत भक्तांनी तर आपल्या हातावर ‘जयललिता माता’ अशी अक्षरं गोंदून घेतली होती, असा पुरावा सापडला आहे.”

“या प्रशस्त आकाराच्या मूर्तीशेजारी दुसरी एक लहान मूर्ती दिसते आहे. ती कोणती देवता?” आणखी एका जिज्ञासूने आळस झटकण्यासाठी उभा राहून प्रश्न विचारला. मग त्याने एक मोठी जांभई दिली.

व्याख्याते हसले.

“गेलं का तुमचं लक्ष या लहान मूर्तीकडे? छान! बाकी साहजिकच आहे म्हणा!

ही उपदेवता आहे. हिचं नाव शशिकला! ही या मुख्य देवतेची सखी. तिच्या पुत्राच्या विवाहसोहळ्यात जयललिता देवीनं कोट्यवधी रुपये खर्च केले. मोठा थाट उडविला. बाकीचे सामान्य भक्तगण कसे जीवन जगत आहेत, याकडे तिनं ढुंकूनही पाहिलं नाही. त्यामुळे देवीची लोकप्रियता एकदम ओसरली. तिच्या भक्तांनीच हे मंदिर एकदम उद्ध्वस्त करून टाकलं. नंतर ही देवी अज्ञातवासात गेली. पुढे तिचं नावही कुठं ऐकू आलं नाही.''

व्याख्यात्यांनी सांगितलेला हा इतिहास ऐकून परिसंवादाच्या ठिकाणी चमत्कारिक शांतता पसरली. माणसाप्रमाणे देवदेवतांचीही चरित्रे क्षणभंगूर असतात, हे नवीनच सत्य सर्वांना उमजले.

तेवढ्यात आणखी एक पडके देऊळ पडद्यावर दिसू लागले. व्याख्याते स्मितहास्य करून म्हणाले, ''हे आणखी एक पडकं मंदिर. ते आंध्र देशातील भागानगर किंवा हैद्राबाद या ठिकाणी आहे. या भग्न देवतेचं नाव लक्ष्मीपार्वती. खरं म्हणजे लक्ष्मी आणि पार्वती या दोन वेगवेगळ्या आणि भिन्न प्रकृतीच्या देवता. पण ही 'टू-इन-वन' देवी होती. आंध्र देशातील रामाराव नावाच्या देवाची ही पत्नी. या देवावर लोकांची मोठी भक्ती. त्यांच्यामुळे या देवीचीपण लोक पूजाअर्चा करू लागले, पण या देवाचंच माहात्म्य संपुष्टात आल्यावर या देवीचंपण माहात्म्य खलास झालं. तिच्या जवळच्या भक्तांनी पुढे तिचा अव्हेर केला. तिचंही देऊळ लोकांनी भग्न करून टाकलं. नंतर तिलाही कुणी विचारीनासं झालं.''

काही मंडळी आणखी काही प्रश्न विचारण्याच्या बेतात होती, पण तेवढ्यात एक नवीनच मूर्ती पडद्यावर दिसू लागली. व्याख्याते म्हणाले, ''उत्तर प्रदेशातील ही एक नवीनच देवी मध्येच अवतीर्ण झाली होती. हिचं नाव फुलनदेवी. संत नामदेव ज्याप्रमाणे एके काळी दरोडा घालीत होते, असं कुणीकुणी सांगतात किंवा वाल्मीकी ऋषी झालेला वाल्या कोळी हाही लोकांचे प्राण घेऊन त्यांना लुटत होता, त्याप्रमाणे ही फुलनदेवी एके काळी लोकांचे प्राण घेत होती, असं तिच्या चरित्रात नमूद आहे. पण पुढे ही उग्र देवता शांत झाली. संतोषीमातेप्रमाणे तिच्या चरित्रावरही 'बँडिट क्वीन' नावाचा एक संतपट तयार झाला होता. नंतर तिने लोकसभेच्या घोड्यावर बसून पुढे मार्गक्रमण केलं, अशीही माहिती उपलब्ध आहे. तिचं देऊळ मात्र कुठं असल्यास माहीत नाही.''

पाठोपाठ पडद्यावर आणखी एका देवतेचे चित्र झळकले. व्याख्याते सांगू लागले – ''तुम्हाला या देवीचं देऊळ कुठं सापडणार नाही; पण हीही देवता फार कर्तबगार आणि धाडसी होती. दक्षिण महाराष्ट्रातल्या सांगली या गावी तिचं वास्तव्य होतं. हिचं नाव शालिनीदेवी. ती ज्या देवाची अर्धांगी होती तो वसंतदेव. त्याचंच चरित्र संपुष्टात आल्यामुळे या देवीचं माहात्म्यही ओसरलं. तिचं देऊळ बांधायला प्रारंभ

झाला होता, पण पायाच ढासळल्यामुळे देऊळ राहिलं ते राहिलंच! मात्र ही देवी खूप धाडसी आणि महत्त्वाकांक्षी होती. एकदा तर ती पुरुषवेष धारण करून बंगलोरपर्यंत गेली होती, अशी माहिती सापडली आहे.''

व्याख्याते आणखीही पुढं काही सांगणार होते, पण तेवढ्यात टी.ए.डी.ए.ची बिलं आणि पैसे घेऊन शासकीय सेवकवर्ग तेथे उपस्थित झाला. त्यामुळे श्रोत्यांत एकच धांदल उडाली. ते व्याख्यान तेथेच समाप्त झाले आणि परिसंवादाचे सूप वाजले.

◆

# आली रे आलीऽऽ!
## राष्ट्रीय आघाडीची सर्कस गावात आली!

परवा आमच्या गावात एक नवीनच सर्कस आली. सर्कशीचे नाव जरा वेगळेच वाटले. 'धी न्यू राष्ट्रीय आघाडी सर्कस' या नावाची सर्कस तुम्ही कधी ऐकली आहे? निदान मी तरी नाही. म्हणून माझे कुतूहल एकदम जागृत झाले. सर्कशीचे नियमित खेळ सुरू व्हायला अजून अवकाश होता, पण गावाबाहेरच्या पटांगणावर निरनिराळ्या प्राण्यांचे पिंजरे दाखल झाले होते. इतरही सामानसुमान येत होते. सर्कशीचा मुख्य तंबू उभारण्याचे काम सुरू झाल्याची बातमीही कानावर आली. मग मात्र मला राहवेना. मी तडक त्या पटांगणाकडे मोर्चा वळविला.

अहो, सर्कस हा करमणुकीचा प्रकार मला फार आवडतो. नाटक-सिनेमापेक्षा जास्त. एक तर सर्कस ही केव्हातरी गावात येते. वर्षा-दोन वर्षांनी अन् करमणूक केवढी मोठी! ती उंच झोक्यावरची श्वास रोखून धरणारी कामे, रिंगमास्टरच्या इशाऱ्यावर काम करणारे वाघ-सिंह, ती मृत्यूच्या गोलातली फटफटीची चक्कर, रिंगणात एकसाथ पळणारे घोडे अन् मुख्य म्हणजे विदूषकांची गंमतजंमत! त्यांचा 'घोडे का दाम बोलो' हा खेळ तर बाळगोपाळांपासून सर्वांच्याच आवडीचा. मनात विचार आला, 'सर्कस काय आपण पाहूच. पण या नवीन सर्कशीचे रूप तरी नुसते पाहून येऊ. तिचे वैशिष्ट्य काही असेल तर कळेल. कोणकोणते कार्यक्रम आहेत त्याची कदाचित माहिती मिळेल.' म्हणून मी उत्सुकतेने एका संध्याकाळी त्या पटांगणाकडे मोर्चा वळविला. सर्कशीचे मॅनेजर भेटतील काय, याची चौकशी केली.

सुदैवाने मॅनेजरची अन् माझी गेल्यागेल्याच भेट झाली.

मी सर्कशीच्या जागेवर गेलो तेव्हा मुख्य भव्य तंबू नुकताच उभा राहिला होता. जवळजवळ शे-सव्वाशे मंडळी तो तंबू उभारण्यात मग्न होती. मुख्य दोन खांब नुकतेच खडे केले होते आणि आता तंबूचे ताणतणाव नीट करण्यासाठी मेखा

मारल्या जात होत्या.

एक कृष्णवर्णीय, उंच मनुष्य त्या कामावर देखरेख करीत उभा होता. मी चौकशी केली तेव्हा कुणीतरी सांगितले, ''हेच या सर्कशीचे मुख्य मॅनेजर. यांचं नाव देवेगौडा. कर्नाटकात यांचीही एक लहान सर्कस होती, पण लोकाग्रहास्तव ती सोडून या मोठ्या सर्कशीचे मॅनेजर म्हणून ते नुकतेच कामावर रुजू झाले आहेत.''

मी मॅनेजरसाहेबांना नमस्कार केला आणि हळूहळू त्यांच्याशी गप्पागोष्टी सुरू केल्या. पहिलीच चौकशी केली, ''हे कोण शंभर-सव्वाशे लोक तंबू उभारणारे? तुमच्या सर्कशीतले तरी दिसत नाहीत.''

मॅनेजरसाहेबांची मुद्रा गंभीरच होती. तीच कायम ठेवून ते म्हणाले, ''या लोकांची एक स्वतंत्र सर्कस होती पूर्वी. फार जुनी; एकशे दहा वर्षांची. नाव ऐकलंही असेल तुम्ही – दि ग्रेट इंडियन नॅशनल काँग्रेस सर्कस!''

''आलं लक्षात.'' मी मान हलविली, ''त्या सर्कशीचे खेळ पूर्वी मी पाहिले आहेत, पण अलीकडे तिच्यात काही दम राहिला नव्हता.''

''ती मोडीतच निघाली सर्कस! आता तिला कुणी विचारीत नाही. म्हणून भांडाभांडीत ते आम्हाला फुकट मदत करताहेत. आम्हाला म्हणाले, तुम्ही सगळे लहान लहान धंदेवाले एक व्हा. आम्ही फुकट तुम्हाला तंबू उभारून देतो.''

मॅनेजर देवेगौडा यांनी सांगितलेला हा वृत्तान्त ऐकून मला फारसे आश्चर्य वाटले नाही. त्या जुन्या सर्कशीचा इतिहास थोडासा माझ्या कानावर आला होता. त्यातील कलाकार आणि प्राणी यांनी सतत आपसात मारामाऱ्या सुरू केल्या होत्या आणि सर्कशीचे वाटोळे करून टाकले होते. बारामतीचा एक कलाकार तर ऐन मोक्याच्या क्षणी दुसऱ्या कलाकाराच्या पायात पाय घालून त्याला तोंडावर आदळविण्यात फार प्रसिद्ध होता. मग सर्कस टिकणार कशी? आता आपले नाक कापून दुसऱ्याला अपशकुन करण्यात त्यांना मजा वाटते ते या सर्कशीला मदत करायला धावणारच.

मॅनेजर पुढे म्हणाले, ''त्या मंडळींनी एक खांब उभा केला. सीपीएम नावाच्या लालभडक मंडळींनी दुसरा खांब उभा केला. आमचा तंबू आपोआप तयार झाला.''

''तुमच्या या नव्या सर्कशीत कोण कोण आहेत?''

''सगळ्या लहान लहान सर्कशीतले प्राणी आमच्या या सर्कशीत सामील झाले आहेत. त्यांच्यातही आपसात आहेतच मारामाऱ्या, पण मी त्या मिटवेन.''

''तुमच्या या नवीन सर्कशीचं वैशिष्ट्य कोणतं?'' मोठ्या उत्सुकतेने मी प्रश्न केला. तीच माहिती माझ्या दृष्टीने महत्त्वाची होती.

मॅनेजर देवेगौडा त्याच गंभीर मुद्रेने बोलले, ''सगळ्या कलाकारांची, प्राण्यांची अजून माझी पुरेशी ओळख व्हायचीये; पण काही गोष्टी सांगता येतील. पहिली गोष्ट म्हणजे तेरा-चौदा सर्कशीतले कलाकार आमच्या इथे एकत्र आले आहेत. मुख्य

म्हणजे ट्रेनिंग, शिस्त नावाचा प्रकार फारसा कुणालाच मानवत नाही. ते आयत्या वेळी जो खेळ करतील तो! तेच आमचं वैशिष्ट्य; पण त्यामुळेच खेळ खूपच प्रेक्षणीय ठरेल.''

''उदाहरणार्थ?''

''उदाहरणार्थ आमच्या या आघाडी सर्कसमध्ये निरनिराळ्या सर्कशीतले घोडे एकत्र झाले आहेत. त्यांना सर्वांना एकाच गोल रिंगणात पळवायचं म्हटलं, तरी ते सगळे तसंच करतील असं नाही. काही घोडे उलट दिशेने पळतील. काही न पळता नुसतं खिंकाळतील, काही मागच्या दोन पायांचा उपयोग करून मागच्या घोड्यांना जायबंदी करतील. काही जण एकमेकांच्या पाठीवर चढतील. एकाच वेळी हे सगळे प्रकार प्रेक्षकांना पाहायला मिळाले तर लोकांची भरपूर करमणूक नाही का होणार?''

''करमणूक नक्कीच होईल,'' मी मान डोलविली, ''पण पाच वर्षे तीच तीच करमणूक! लोक कंटाळतील. असो, जाऊ द्या. तुमच्याकडे विदूषकांचा 'घोडे का दाम बोलो' हा लोकप्रिय खेळ होणार की नाही?''

मॅनेजर देवेगौडा पूर्वीपेक्षा अधिक गंभीर झाले.

''सध्या तरी हा लोकप्रिय खेळ करायची काही आवश्यकता मला दिसत नाही. पण आमचे रिंगमास्टर नरसिंह राव म्हणून आहेत. त्यांना या खेळाची चांगली माहिती आहे असं म्हणतात. पुढे-मागे पाहू.''

'' तुमच्या सर्कशीत विदूषक....''

''भरपूर आहेत. जोकरची वाण नाही आमच्याकडे.''

''विशेष काही आयटेम्स?''

''आहेत. मुलायमसिंग नावाचा लखनौकडचा एक आर्टिस्ट आहे. तो उंच झोक्यावरची अवघड कामं सफाईनं करतो. या झोक्यावरून त्या झोक्यावर जाण्यात त्याचा हातखंडा आहे, पण महाविक्षिप्त प्राणी! मागे त्यानं मायावती नावाच्या एका महिला आर्टिस्टला एकदा झोक्यावर तसंच लोंबकळत ठेवलं होतं.''

''विदूषकांमध्ये विशेष हुशार?''

''अनेक आहेत. रामविलास पास्वान नावाचा बिहारी आर्टिस्ट माहीत आहे तुम्हाला? विनोदी भाषणं करून तो तासन्तास लोकांची छान करमणूक करतो. रिंगमास्टरचंसुद्धा तो काही वेळा ऐकत नाही.''

रिंगमास्टर म्हटल्यावर मला एकदम आठवण झाली.

''का हो मॅनेजरसाहेब, मघाशी तुम्ही रिंगमास्टर नरसिंह राव यांच्याबद्दल बोललात. सगळ्या हिंस्र प्राण्यांचे खेळ या रिंगमास्टरच्या ताकदीवर अवलंबून असतात. हे रिंगमास्टर तसे दणकट आहेत ना?''

मॅनेजरसाहेब पहिल्यांदाच मिश्कीलपणे हसले.

"अहो, दणकट कसले! आहेत म्हातारेच, पण फार धूर्त हं. ही रिंगमास्टरची नोकरी त्यांनी विनावेतन पत्करली आहे. पण त्यांच्या हातात जो चाबूक आहे ना, त्यात खरी गोम आहे. आमची सगळी सर्कस त्यांच्यावर अवलंबून आहे.''

"असं?'' मला आश्चर्य वाटलं. "अशी काय शक्ती आहे त्या चाबकात?''

"तो चाबूक त्यांनी हवेत फडकविला की त्यातून एकदम आवाज येतो 'पाठिंबा बंद, पाठिंबा रद्द'. मग काय, सगळे प्राणी एकदम सरळ येतात. म्हणून तर आम्ही त्यांना रिंगमास्टर म्हणून मुकाट्यानं मान्यता दिली.''

"तुम्ही स्वत: काम करता यात?''

"सध्या तारेवरची कसरत करायला शिकतो आहे मी. कारण ती करायला दुसरा कोणी कलाकार नाहीच आमच्या या सर्कशीत!''

या नव्या सर्कशीची खूपच माहिती मिळाली. मी मॅनेजरसाहेबांचा निरोप घेतला. सर्कस लवकरच सुरू होत आहे. कलाकारांचे, प्राण्यांचे खेळ सर्वांना आता पाहायला मिळतीलच. एकच करा, शक्यतो लवकर तिकीट काढून खेळ पाहा. खेळ फार दिवस होतीलच याची काही खात्री नाही.

◆

# असं मंत्रिमंडळ पूर्वी कधी झालं नसेल!

आमच्या गावचे प्रसिद्ध समाजवादी पुढारी महंमद यांचे नाव कुणाला माहीत नाही? त्यांचे मूळ नाव जलालुद्दीन महंमद असे असले, तरी 'जहाल महंमद' याच नावाने ते सर्वांना माहीत आहेत. कारण कुठल्याही सभेत अत्यंत जहाल भाषण करणारे वक्ते म्हणून ते प्रसिद्ध आहेत. ते एकदा भाषण करण्यासाठी उभे राहिले की, दोन-तीन तासांची बेगमी झालीच म्हणून समजा! त्यांचे भाषण एकदा सुरू झाले रे झाले की, ते श्रोत्यांनाही उठू देत नाहीत. लगेच त्यांचा नावासकट उद्धार करून त्याला ते दे माय, धरणी ठाय करून सोडतात. त्यामुळे त्यांचे भाषण ऐकावेच लागते.

जहालमियाँ सध्या जनता पक्षात आहेत. कुठलीही निवडणूक आली की, ते उभे राहतात आणि नंतर हटकून पडतात. बऱ्याच वेळा त्यांची अनामत रक्कम जप्त होते. आपले पैसे राष्ट्राला असे सतत अर्पण करणारे देशभक्त विरळाच! म्हणून लोकांना त्यांच्याबद्दल मधून मधून सहानुभूती वाटते. असा प्रभावी वक्ता लोकसभेसाठी निवडून यावा असे कोणाला बरे वाटणार नाही? पण तो योग काही अजून येत नाही. परवाच्या लोकसभेच्या निवडणुकीलाही ते चक्र चिन्ह घेऊन जनता पक्षातर्फे उभे होते; पण सबंध देशात जनता पक्षाचे जे झाले तेच त्यांच्या बाबतीत झाले. हाय हाय! ते पुन्हा एकदा पडले. इतिहासाची पुनरावृत्ती झाली. त्यामुळे बरेच दिवस ते घराबाहेर पडलेच नव्हते.

त्यांच्या वक्तृत्वाबद्दल मला पहिल्यापासून आदर. त्यांच्या प्रत्येक सभेला माझी उपस्थिती असायची. त्यामुळे ते मला चांगले ओळखत असत. त्यांना एकदा भेटून त्यांचे सांत्वन करावे असे मला फार वाटले, पण ते जमले नाही. नंतर बऱ्याच घडामोडी घडल्या. जनता पक्षाचे देवेगौडा हे पंतप्रधान झाले. आता मात्र जहालमियाँना भेटावे असे फार फार वाटू लागले म्हणून सवड काढून एकदा त्यांच्या घरी गेलो.

आणि ते भेटलेही!

जहालसाहेब एकूणच फार चांगल्या मूडमध्ये होते. त्यांनी माझे नुसते स्वागत केले. एवढेच नव्हे, तर पाणी पिण्यासाठी लगेच तांब्या, फुलपात्रही पुढे केले. मी अगदी सद्गदित झालो.

पाणी पिऊन झाल्यावर मी म्हणालो, ''जहालसाहेब, राष्ट्रीय आघाडीचं सरकार स्थापन झाल्यावर जनता पक्षातर्फे फटाके उडवून सबंध गाव तुम्ही दणाणून टाकलंत! वा! अभिनंदन!''

''शुक्रिया!'' जहालसाहेब आपल्या दाढीवरून उजवा हात प्रेमळपणे फिरवीत म्हणाले, ''अरे फटाके काय, त्या भाजपवाल्यांनाच उडविता येतात काय? गेलं ना त्यांचं राज्य पंधरा दिवसांत?''

''पण तुमचे तर सबंध देशात चाळीस-पंचेचाळीसच लोक निवडून आले! मधू दंडवते अन् बापू काळदातेसुद्धा पडले! अन् आलेत ते बहुतेक बिहारमधलेच आहेत. लालूप्रसादाचा प्रसाद! मग एवढा आनंद तुम्हाला कसला झाला?'' मी त्यांना मुद्दामच चिडविले. अपेक्षेप्रमाणेच ते एकदमच संतापले.

''पण आमचा मनुष्य पंतप्रधान झाला ना? ही काय लहानसहान गोष्ट आहे?''

''हे मात्र खरं आहे.'' मी मान डोलविली. त्यामुळे पुन्हा त्यांचा पारा जरा उतरला. मग मी खऱ्या मुद्याला हात घातला.

''का हो जहालमियाँ, सध्याच्या तुमच्या मंत्रिमंडळाबद्दल तुमचे काय मत आहे?''

''सध्याचे देवेगौडा मंत्रिमंडळ हे आदर्श मंत्रिमंडळ आहे. असे मंत्रिमंडळ पूर्वी कधी झाले नव्हते; पुढेही कधी होणार नाही.'' जहालसाहेब ठणठणीत सुरात बोलले.

''ते कसं काय?''

''पाहा ना, आमच्या देवेगौडासाहेबांना पंतप्रधान असून हिंदी अजिबात येत नाही. उतरवली की नाही हिंदीवाल्यांची मिजास? हा: हा!''

जहालमियाँ उर्दूचे कट्टर अभिमानी. त्यामुळे हिंदीवाल्यांची जिरली हा त्यांचा मुद्दा बिनतोड होता. राष्ट्रभाषा म्हणून हिंदीपेक्षा उर्दूच अधिक योग्य आहे, हे त्यांचे मत मला माहीत होते. हिंदू-मुसलमान ऐक्यही त्यामुळे लवकर होऊ शकेल, हे त्यांचे मत तर कोणालाही पटण्यासारखे होते.

''पण पंतप्रधानांनी हिंदीची शिकवणी लावली असल्याची बातमी आहे.'' मी पुन्हा गुगली टाकली.

''लावू द्या हो! शिकवणी लावून कुणी पास होतं का?'' ते एकदम गरजले, ''अहो, शिकवणीमुळे ते असं हिंदी बोलायला लागतील की त्यांना हिंदी येत नव्हतं तेच ठीक होतं, असं सगळ्यांना वाटेल.''

हे जहालमियाँचे म्हणणे बहुधा खरे असावे. मागे शरद पवारांनीपण संरक्षणमंत्री झाल्यावर हिंदीचे धडे रत्नाकर पांडे यांच्याकडून घेतले होते, पण लोकसभेतले त्यांचे हिंदी भाषण ऐकताना अनेकांच्या अंगावर काटा आला होता, असे मी ऐकले होते.

"ते जाऊ द्या, पण तुमच्या 'वझीरे आझम'बद्दल तुमचं वैयक्तिक काय मत आहे?"

"आमचे वझीरे आझम किती कडक मनुष्य आहे तुम्ही पाहिलंत ना? विश्वासाचा ठराव पास होईपर्यंत तोंडात गुळणी, नम्रता अन् गोडवा. पण ठराव पास झाला रे झाला की, दुसऱ्या दिवशी रामकृष्ण हेगड्यांची हकालपट्टी! बसला ठणाणा करीत. पुन्हा वर 'मी शेतकरी माणूस, मला काय कळतंय?' असं म्हणायची तयारी. फार पोलिटिकल! असाच माणूस आज देशाला पाहिजेल आहे. तुम्हाला काय वाटतं?"

"अगदी खरं!" मी मान डोलावली.

"आपल्या पार्टीतल्या लोकांना अशी वागणूक, मग बाकीच्या मंडळींशी कसा वागेल हा माणूस आणखी?"

जहालमियाँ आता अगदी रंगात आले होते. प्रसन्न चेहऱ्याने ते पुढे सांगू लागले, "आमच्या आघाडीत बाणेदार अन् स्पष्टवक्ते लोक काही कमी नाहीत. कर्नाटकातले आमचे मंत्री जलाप्पा यांनी तर राष्ट्रपतीभवनात शपथ घेतली अन् लगेच तिथल्या तिथं राजीनामा पण देऊन टाकला! असा स्वाभिमानी मंत्री तुम्ही कधी पाहिला होता? मग? अन् ते रघुवंशातले का कुठलेसे ते सिंह, ते तर मंत्रिपदाची शपथ घ्यायला अजून तयार नाहीत."

"मुलायमसिंग संरक्षणमंत्री आहेत."

"अहो, त्यांच्यासारखा संरक्षणमंत्री देशाला मिळणार नाही. परवाच ते म्हणाले, बांगलादेशातले मुसलमान आपल्या देशात आले तर बिघडलं कुठं? ते आपलेच लोक आहेत! म्हणजे घुसखोरांचा प्रश्न त्यांनी चुटकीसरशी सोडविला की नाही? तुम्हीच सांगा."

मला त्यांचे म्हणणे एकदम पटले. माझ्या मनात आले, 'असेच धोरण त्यांनी पाकिस्तान, अफगाणिस्तान, श्रीलंका या देशाबद्दलही ठेवावे. म्हणजे ही समस्याच नाहीशी होईल अन् संरक्षणाचा प्रश्न उपस्थित होणारच नाही. अजूनपर्यंत एकाही संरक्षणमंत्र्याच्या टाळक्यात हा सुंदर विचार का बरे आला नाही? असा संरक्षणमंत्री पुन्हा होणे अशक्य!' विचार करता करता माझा कंठ दाटून आला. कदाचित डोळ्यांतून अश्रूही ओघळले असावेत.

जहालसाहेबांनी मंत्रिमंडळाचे केलेले हे मार्मिक वर्णन ऐकून मला समाधान वाटले. आता या देशात यापुढे सुवर्णयुग अवतरणार, याबद्दल माझ्या मनात तरी

काही शंका राहिली नव्हती. गप्पागोष्टीही संपल्या होत्या. त्यातून पाणी पिण्यापलीकडे आणखी काही प्रगती होईल असे दिसेना. तेव्हा 'खुदा हाफीज' म्हणून मी उठलो आणि मुकाट्याने बाहेरचा रस्ता धरला.

◆

## वाजवा हाताने ताशा, गुंडाळीत एन्रॉन गाशा

(गुरुजी वर्गात शिरतात ना शिरतात तोच सर्व मुले उठून उभी राहतात. एका सुरात ओरडतात, पेढे पेढे! गुरुजी, पेढे हवेत आम्हाला!...)

**गुरुजी** : बसा खाली. आधी खाली बसा म्हणतो ना! (मुले बसतात) अरे, तुम्हाला काहीतरी चुकीची बातमी समजली आहे. तुम्ही इतिहासाच्या गुरुजींकडून पेढे घ्या.

**पहिला** : इतिहासाच्या गुरुजींकडून? ते कशाबद्दल?

**गुरुजी** : तुम्हाला माहीतच नाही का? अरे, पाच मुलींनंतर त्यांना पहिला मुलगा झाला. कालच त्यांनी आम्हाला एकेक लहान पेढा दिला.

**दुसरा** : हा इतिहास आम्हाला माहीतच नाही. पण एकेकच पेढा? अन् तोही लहान? असं का?

**गुरुजी** : अरे, त्यांचं बरोबर आहे. ते म्हणाले, एकच मुलगा झाला म्हणून एकच पेढा आणि मुलगा अजून लहान आहे. पाच पौंडांचा. म्हणून पेढाही लहानच! मुलगा मोठा झाल्यावर मोठा पेढा देईन म्हणाले.

**तिसरा** : ते गणित नव्हतं आम्हाला ठाऊक. मागं इंग्लिशच्या सरांना मुलगा झाला तेव्हा त्यांनी प्रत्येक विद्यार्थ्याचे पाच-पाच मार्क वाढवून दिले होते वार्षिक परीक्षेत.

**गुरुजी** : इंग्लिशचे सर तसे फार उदार आहेत. संक्रांतीला ते प्रत्येक विद्यार्थ्याला मार्क वाटतात. बरं, पण आज माझ्याकडून पेढे कशासाठी मागताहात तुम्ही? निवृत्त व्हायला अजून अवकाश आहे मला.

**पहिला** : असं काय करता गुरुजी? एन्रॉन प्रकल्प महाराष्ट्र शासनानं रद्द नाही का केला? लोक खूश झाले, जनतेचा विजय झाला. कम्युनिस्ट आणि समाजवादी मंडळीसुद्धा नाचली! विशेष म्हणजे समाजवादी कार्यकर्त्यांनीसुद्धा भांडणं विसरून एकमेकांना आनंदानं मिठ्या मारल्या.

**गुरुजी** : अरे वा! हे देवदुर्लभ दृश्य बघायला गाव लोटलं असेल नाही?

**पहिला** : साहजिकच आहे. आनंदाची बातमी ऐकली म्हणजे पेढे वाटायची पद्धतच आहे आपल्याकडे.

**गुरुजी** : तुम्ही सर्वांनी किती पेढे खाल्ले?

**दुसरा** : आम्ही सगळ्यांनी गर्दीत घुसून दोन-दोन, तीन-तीन वेळा पेढे हाणले. हा बंड्या फक्त नको म्हणाला. तो बघा कसं एवढंसं तोंड करून बसलाय वर्गात.

**गुरुजी** : बंड्या, तू का नाही पेढे खाल्लेस? रडू नकोस, नीट सांग.

**बंड्या** : (हुंदके देत) गुरुजी, माझे वडील परवा काय म्हणाले माहीत आहे? ते म्हणाले, "ते महाराष्ट्र शासन गाढव आहे. या युतीच्या सरकारला काही अक्कलच नाही. आता महाराष्ट्राचा विकास पार बोंबलला म्हणून समजा.''

**गुरुजी** : अरेच्चा! शरद पवार नेमके हेच बोलले.

**बंड्या** : त्यांचा अभिप्राय वर्तमानपत्रात वाचल्यावरच माझे वडील हे बोलले. ते नेहमी पवारकाका काय बोलतात याची वाट बघत असतात. ते बोलले की हे बोलतात.

**गुरुजी** : ते पवारांचे निष्ठावंत अनुयायी आहेत. नेत्याचं शेपूट धरणं हे अनुयायाचं कामच आहे.

**पहिला** : खरं आहे गुरुजी. माझे काका सांगत होते ना! विधानसभेच्या निवडणुकीनंतर पवारकाका म्हणाले, "निवडणुकीतील आचारसंहितेचा फायदा घेऊन ज्यांनी ज्यांनी अतिरेक केला, त्या सर्व सरकारी अधिकाऱ्यांची चौकशी करण्यात येईल. मग बंड्याच्या वडलांनीपण चौकशी करावी म्हणून पत्रक काढलं. मग निवडणूक आयुक्तांनी पवारकाकांना दम भरला. 'शब्द मागे घ्या, नाहीतर मतमोजणी रोखून धरली जाईल.' त्याबरोबर पवारकाका म्हणाले, "काहीतरी गैरसमज झालाय. मी असं बोललोच नाही.'' त्याबरोबर बंड्याचे वडीलपण म्हणाले, "काहीतरी गैरसमज झालाय. मी असं पत्रक काढलंच नव्हतं.''

**गुरुजी** : अरे राजकारणी माणसाला असं करावंच लागतं.

**पहिला** : पण गुरुजी, एन्रॉन प्रकल्प रद्द झाला म्हणून तुम्हाला आनंद नाही झाला? पेढे पाहिजे तर आम्ही तुम्हाला देऊ.

**गुरुजी** : पेढे खाईन रे मी. ते खायला काय बिघडतं? पण मला वाटतं, हा दुःखाचा प्रसंग आहे. एन्रॉन करार रद्द व्हायला नको होता. आता आपल्याला शेकडो कोटी रुपये भरपाई द्यावी लागणार. आपलं केवढं नुकसान!

**दुसरा** : एन्रॉन कंपनीपण न्यायालयात जाणार आहे म्हणतात.

**तिसरा** : जाणार आहे? माझे वडील तर म्हणाले, कंपनीनं सरकारला तशी नोटीससुद्धा पाठविली. म्हणजे आता खटला सुरू होणार.

**पहिला** : माझे मामा वकीलच आहेत गुरुजी. ते म्हणाले, "खटला एकदा कोर्टात सुरू झाला की काळजी नाही."

**गुरुजी** : असं? असं का म्हणाले ते?

**पहिला** : ते म्हणाले, "आपल्याकडे कोर्टाचं काम फार विनोदी पद्धतीनं चालतं. लवकर निकाल लागता लागत नाही. एकदा हा वकील गैरहजर, एकदा तो वकील आजारी. कधी कोर्टच रजेवर. मध्येच उन्हाळ्याची सुट्टी. कधी नवे कागदपत्र दाखल करायला मुदत. एकदा तर सगळ्याच सबबी संपल्या तर एका वकिलालाच कोर्टात उलटी झाली. मग काय? त्याला बरं वाटेपर्यंत परत मुदतवाढ."

**गुरुजी** : बरं मग? त्यांचं म्हणणं काय?

**पहिला** : ते म्हणाले, "लवकर निकाल लागणार नाही अन् एन्रॉन कंपनीला नुकसानभरपाई लवकर मिळणारच नाही. जरी त्यांच्या बाजूनं निकाल लागला तरी. अहो, म्हणच आहे, कोर्टाचं काम अन् सहा वर्षं थांब! तोपर्यंत रिबेका मार्क रिटायरपण होईल."

**गुरुजी** : असेल हं खरं. अरे इंग्रजीत म्हण आहे ना, 'जे काम आज करता येण्यासारखं आहे, ते उद्यावर ढकलू नका.' आपल्याकडे सगळ्या क्षेत्रात हीच म्हण जरा उलटी करायची, 'जे काम उद्यावर ढकलता येण्यासारखं असेल ते काम आज कधीही करू नका.'

**पहिला** : आपल्या शाळेतसुद्धा असंच चालतं नाही का सर? बहुतेक सगळे गुरुजी अभ्यासाचं आजचं काम उद्यावर ढकलत असतात.

**गुरुजी** : मुलांनो, गुरुजी मंडळींसंबंधी तुम्ही असं बोलणं इष्ट नाही. जरी ते खरं असलं, तरी उघडउघड टीका करणं शोभतं का?

**बंड्या** : ते जाऊ द्या. पण गुरुजी, हे पासष्ट कोटी रुपयांचं काय प्रकरण आहे? कालच माझे वडील आईला सांगत होते. ते म्हणाले, "एन्रॉन कंपनीनं हे पासष्ट कोटी रुपये इथल्या शैक्षणिक कार्यासाठी आतापर्यंत खर्च केले आहेत." खरं आहे गुरुजी?

**गुरुजी** : अगदी खरं आहे. अरे, आपला विकास व्हावा, या अभागी महाराष्ट्राची विजेची गरज भागावी म्हणून तर ही एन्रॉन कंपनी भारतात आली. बाबांनो, महाराष्ट्रातला अंधार नाहीसा व्हावा हा तिचा निर्मळ हेतू. 'जगाच्या कल्याणा, संतांच्या विभूती' अशी म्हणच आहे. इथल्या अडाणी लोकांना

हे कळत नाही अजून. त्यांचं शिक्षण करावं, त्यांच्या ज्ञानात भर पडावी म्हणून एन्रॉन कंपनीनं हे पासष्ट कोटी बाजूला काढून खर्चसुद्धा केले. कंपनीच्या अधिकाऱ्यांनीच ही गोष्ट मान्य केली आहे.

**पहिला** : पण कसलं शिक्षण केलं त्यांनी? अन् हे पैसे त्यांनी कोणत्या शिक्षणसंस्थेला दिले?

**बंड्या** : माझे वडील सांगत होते, ते भाजपाचे अध्यक्ष आहेत ना, लालकृष्ण अडवानी म्हणून, ते फार दुष्ट आहेत म्हणे. ते म्हणाले म्हणे की, सरकारच्या मुक्त का कसल्याशा आर्थिक धोरणाचा फायदा घेऊन देशाला अक्षरशः लुटण्याचा हा प्रकार आहे. ते पासष्ट कोटी रुपये नेमके कोणाला मिळाले, याचा कसून शोध घेतला गेला पाहिजे. ही 'स्वीस बँक संस्कृती' आहे. ही 'सुटकेस संस्कृती' आहे म्हणे. पक्षाच्या निःस्वार्थी पुढाऱ्यांवर असले आरोप व्हावेत? माझे वडील तर म्हणाले, ''मला आता राजकारण-संन्यासच घ्यावा असं वाटायला लागलंय.''

**गुरुजी** : तुझ्या वडिलांचा निर्णय योग्यच आहे. तसं झालं, तर आपल्या भागाचं भलं होईल यात काही संशय नाही.

**दुसरा** : पण हे पासष्ट कोटी रुपये कुठे गेले?

**गुरुजी** : असा वेड्यासारखा प्रश्न पुन्हा विचारू नका. जिथं नेहमी जातात तिथंच हे पण पैसे गेले आहेत. इथल्या शिक्षणासाठी हे पैसे खर्च झालेत ना? अनेक पुढाऱ्यांचं शिक्षण आता झालं असेल हे गृहीत धरा. अमेरिकन लोक काय, त्यांची एन्रॉनसारखी कंपनी काय, शिक्षणाच्या बाबतीत अत्यंत उदार! इतक्या लोकोपयोगी कंपनीशी केलेला करार युतीच्या सरकारनं एकदम रद्द करावा, ही दुर्दैवाची गोष्ट आहे. खंड्या, तू का उठलास?

**खंडू** : एक कविता सुचलीय मला. म्हणजे नुसतं म्हणून दाखवितो –
**वाजवा हाताने ताशा, गुंडाळीत एन्रॉन गाशा.**

**गुरुजी** : पुरे पुरे खंड्या! अशा दुःखाच्या प्रसंगी तुझ्या कवितेची आणखी भर नको. असो. मुलांनो, एन्रॉनच्या रूपानं मिळालेलं हे ईश्वरी वरदान आपण झिडकारून लावलं, याचा मला खेद वाटतो. करंटेच रे आपण! 'अभाग्यासी कैसी कळेल ही मात' असं म्हणतात ते काही खोटं नाही. पवारकाकांसारख्या भगीरथानं ही प्रकाशाची गंगा इथं आणली, पण युतीच्या शुक्राचार्यांनी ती पळवून लावली. या गोष्टीचा निषेध म्हणून मी आजचा अभ्यास उद्यावर टाकून तुमची रजा घेतो.

◆

# चला, शिबिराला चला!

(जिल्हा काँग्रेस कमिटीचे कार्यालय. एक जिल्हा पुढारी आपल्या समर्थकांबरोबर लोकसभा निवडणुकीसंबंधी चर्चा करीत आहेत.)

**पुढारी** : वाचलीत ना वर्तमानपत्रातील बातमी? अगदी सविस्तर आहे. येत्या निवडणुकीसाठी वेगवेगळी व्यूहरचना करायची, असं आपल्या वंदनीय नेत्यांनी ठरविलं आहे.

**एक जण** : तुम्ही सांगितल्यापासून आम्ही हल्ली रोज पेपर वाचतो साहेब. त्यामुळे गावात सध्या कोणकोणते सिनेमे चालू आहेत तेदेखील आम्हाला पाठ आहे. 'हम आपके है कौन?' जोरात चालू आहे. तुम्ही बघाच एकदा साहेब. एकदम मस्त!

**पुढारी** : (त्राग्याने) ते 'हम आपके है कौन' ठेवा बाजूला. अरे, मी तुमचा कुणी आहे की नाही? ही निवडणूक जिंकायची आहे आपल्याला. त्यासाठीच व्यूहरचना.

**दुसरा** : ही व्यूहरचना म्हंजे काय भानगड आहे साहेब?

**पुढारी** : अरे, निवडणूक म्हणजे एक लढाईच नसते का? लढाईत सैन्याची जी रचना करतात, शत्रूचा पराभव करण्यासाठी, तिला व्यूहरचना असं भारदस्त नाव आहे.

**तिसरा** : मग आम्ही त्यात कुठं उभं राहायचं?

**पुढारी** : उभं राहायचं नाही नुसतं धसकटासारखं, कामं करायची. पहिलं काम म्हणजे प्रतिज्ञापत्र लिहून द्यायचं.

**तिसरा** : म्हंजे 'ॲफिडेव्हिट' का काय म्हणतात ते? ते मागंच मी कोर्टात लिहून दिलं. स्वातंत्र्यसैनिक म्हणून काही पुरावा मिळेना. मग तुरुंगात गेलो होतो म्हणून दाबून ॲफिडेव्हिट लिहून दिलं. झाली, पेन्शनसुद्धा सुरू झाली.

**पुढारी** : ते नाही, नरसिंहराव यांच्या नेतृत्वाखाली असलेल्या कॉंग्रेसशी आम्ही पूर्ण एकनिष्ठ आहोत, हे लिहून द्यायचं.

**दुसरा** : नरसिंहरावावर विश्वास? तो ठराव तर आपण नेहमीच करतो ना? आता तर तो ठराव कॉंग्रेस कार्यकारिणीनं छापूनच ठेवलाय म्हणतात. नुसत्या सह्या करायच्या.

**पुढारी** : तो ठराव वेगळा. हे निवडणूक मंडळाला दाखविण्यासाठी. म्हणजे खरी कॉंग्रेस कोणती ते त्यांना आपोआपच कळेल.

**तिसरा** : आपलीच खरी कॉंग्रेस! आपणच पार्टीत लठ्ठालठ्ठी करतो. परवाच नाही का आपल्या जिल्ह्यातल्या मंत्र्याला आपण पाडलं. दुसऱ्या मंत्र्यानं त्याबद्दल आपल्याला शाबासकीपण दिली.

**पहिला** : शिवाय सगळ्या खुर्च्यांवर आपणच होतो की इतके दिवस. युतीच्या सरकारनं आपलीच हकालपट्टी नाही का केली? तेव्हा आपलीच कॉंग्रेस खरी यात शंका आहे का?

**दुसरा** : बरं, आपलं दुसरं काम काय?

**पुढारी** : हां... तर पुढच्या निवडणुकीच्या दृष्टीनं जिल्ह्या-जिल्ह्यात प्रशिक्षण शिबिरं भरवायची. प्रत्येक सभासदानं असं प्रशिक्षण घेण्याची गरज आहे.

**चौथा** : असं? कोणता गाढव असं सांगतो आपल्याला? आणा त्याला आपल्यासमोर.

**पुढारी** : (खवळून) काहीतरी बडबडू नका. आपल्या कॉंग्रेसच्या घटनेतच तसं सांगितलं आहे. समजलं?

**पहिला** : पण प्रशिक्षण म्हणजे काय? आम्ही मुळातच साधी शाळासुद्धा शिकलो नाही. त्यामुळे शिक्षण म्हंजे काय ते माहीत आहे. पण प्रशिक्षण?...

**पुढारी** : अरे, प्रशिक्षण म्हणजे विशेष शिक्षण; जास्त शिक्षण. जसं प्रकोप म्हणजे जास्त कोप. प्रगाढ म्हणजे जास्त गाढ...

**दुसरा** : आलं लक्षात, मग प्रभाकर म्हणजे विशेष, मोठी भाकर का? प्रदोष म्हणजे मोठा दोष. आता कळलं.

**पहिला** : पण मी म्हणतो, आपल्याला प्रशिक्षण घ्यायची गरजच काय? खादीचे पांढरेफेक कपडे घातले अन् थोडी दाढी वाढविली की झालं की काम! फार तर एक हात वर करायची प्रॅक्टिस केली म्हणजे बास! प्रशिक्षण म्हंजे आणखी काय निराळं असतं?

**पुढारी** : अरे, आता तेवढ्यावर भागणार नाही. लोक आताशा फार मगरुर अन् उद्धट झालेत. वाटेल ते वेडेवाकडे प्रश्न विचारतात. परवाच एका चावट माणसानं मला विचारलं, लोकसभेत कधी एकदासुद्धा भाषण केलं नाहीत की एक प्रश्न विचारला नाहीत. मग गेलात कशाला म्हणे तिथं?

आहे का नाही हलकटपणा?

**दुसरा :** मग या शिबिरात काय शिकविणार?

**पुढारी :** हेच. लोकांच्या प्रश्नांना उत्तरं देता आली पाहिजेत. राव सरकारनं या पाच वर्षांत गरिबांसाठी कोणते चांगले चांगले उद्योग केले याची माहिती तळागाळापर्यंत पोहोचविली पाहिजे. नाहीतर निवडणूक कशी जिंकणार?

**दुसरा :** खरंच! काय काय उद्योग केले आपल्या सरकारनं? मलाही सांगून ठेवा. मी नेहमी गाळात जाणारा माणूस आहे.

**पुढारी :** तसं मलाही एकदम सांगता येणार नाही. ती वाचून मग सांगेन; पण तूर्त काही महत्त्वाचे शब्द लक्षात ठेवा.

**तिसरा :** कोणते महत्त्वाचे शब्द?

**पुढारी :** खुली अर्थव्यवस्था, लवचीक परराष्ट्र धोरण, पारदर्शक कारभार, जातीय ऐक्य, देशाची अखंडता, सर्वधर्मसमभाव...

**चौथा :** मी मंडईतला व्यापारी आहे. ही सगळी शिळी भाजी झाली साहेब! काही ताजा माल काढा बाहेर.

**पहिला :** मला वाटतं, असं सांगावं, देशातली महागाई भलतीच वाढणार होती, पण काँग्रेस सरकारमुळं महागाई अगदी थोडी वाढली. ती तरी का वाढली? तर विरोधी पक्षाने मध्येच सत्तेत येऊन घोटाळा केला म्हणून. आपली काँग्रेस सतत सत्तेवर असती, तर स्वस्ताईच स्वस्ताई झाली असती. कसं?

**पुढारी :** शाबास! असं लोकांना पटण्यासारखं सांगितलं पाहिजे.

**दुसरा :** मध्यंतरी साखर घोटाळा झाला तो चुकून असं सांगितलं तर?

**पुढारी :** चुकून म्हणजे?

**दुसरा :** मागं शाळेत असताना आमच्या इतिहासाच्या पुस्तकात एक धडा होता 'अल्लाउद्दीन खिलजीची महाराष्ट्रावर स्वारी.' त्यात लिहिलं होतं, धान्याच्या पोत्याऐवजी मिठाची पोती चुकून देवगिरी किल्ल्यावर गेली. म्हणून देवगिरीच्या रामदेवराय यादवांचा पराभव झाला.

**पुढारी :** बरं मग? त्याचा इथं काय संबंध?

**दुसरा :** आपणही असंच जंतेला सांगितलं तर? साखरेची आयात करताना चुकून मिठाची पोतीच देशात आयात झाली. त्यामुळे हा घोटाळा झाला अन् साखर एकदम महाग झाली.

**पुढारी :** असलं काही नका सांगू. मीठ न खाता लोक छीऽथूऽ करतील.

**तिसरा :** पण काँग्रेसच्या खाल्ल्या मिठाला तर आपण जागलं पाहिजे?

**चौथा :** अन् रोखे घोटाळ्याबद्दल आपण काय सांगायचं? तळागाळापर्यंत हर्षद

मेहता हे प्रकरण पोचलेलं आहे साहेब. शिवाय त्या भाद्दरानं पंतप्रधानांना प्रत्यक्ष एक कोट रुपये सुटकेसमधून दिल्याचा आरोप केला.

**पुढारी** : ते सगळं खोटं आहे. हा सगळा विरोधी पक्षांचा चावटपणा! आता तुम्हीच सांगा, मला कुणी शंभर रुपये आणून दिले तर मी घेईन का?

**पहिला** : छट्! ही तुमची बदनामी आहे साहेब. मला माहीत आहे, तुम्ही कधी लाखाच्या खाली घेतच नाही.

**पुढारी** : तेच म्हणतो मी. पंतप्रधानासारख्या व्यक्तीला शेकडो कोटी रुपये कुठूनही मिळू शकतात. एक कोटी रुपये त्यांनी घेतले, असा क्षुद्र आरोप करणं त्या हर्षद मेहताला शोभलं नाही.

**चौथा** : हा, तळागाळातल्या जंतेला हा मुद्दा पटण्यासारखा आहे. एखाद्या कारकुनाला, शिपायाला दहा-वीस रुपयाची नोट, साहेबाला पाकीट अन् मोठ्या माणसाला सूटकेस, ही वाटणी लोकांना पटेल असं मला वाटतं.

**पुढारी** : आणखी एक गोष्ट. आपल्या पक्षाचा प्रचार करण्यासाठी माहितीपत्रकं तर आपण काढणारच आहोत, पण तोंडी प्रचार जास्त महत्त्वाचा आहे.

**दुसरा** : केव्हाही, कारण साक्षरता प्रचार आपल्याकडे अजूनतरी कागदावरच आहे. आपल्या काही कार्यकर्त्यांसाठीच एक साक्षरता वर्ग काढला पाहिजे, असं काही लोक म्हणतात.

**पुढारी** : लोक कुजकट वृत्तीचे असतात. त्यांच्याकडे नका लक्ष देऊ. तोंडी प्रचार करण्यासाठी आपल्या पक्षातले प्रभावी वक्ते हुडकून त्यांची यादी करण्यात यावी, असा आदेश आपल्या नेत्यांनी दिला आहे. तुमचं काय म्हणणं आहे?

**पहिला** : (चाचरत) हे काम जरा कठीणच आहे साहेब.

**पुढारी** : का? त्यात काय अवघड आहे?

**पहिला** : काँग्रेस पुढाऱ्यानं भाषण आहे म्हणून सांगितलं, तर लोक सभेला येतच नाहीत. चुकून आलेच, तर पुढारी भाषणाला उभे राहिल्यावर ते चालायला लागतात.

**दुसरा** : अगदी खरं आहे साहेब! परवा रस्त्यावर दारुड्यांच्या दोन टोळ्यांत मारामारी झाली ना, ही तोबा गर्दी बघायला! पोलिसांनी सांगूनसुद्धा लोक हटेनात. शेवटी पोलीस अधिकाऱ्यांनी एकदम जाहीर केलं, लाऊडस्पीकरवरून – पाचच मिनिटांत काँग्रेस पुढाऱ्याचं इथं दारूबंदीवर व्याख्यान होणार आहे. परमिटरूममधून ते निघालेले आहेत. झालं, ताबडतोब पळापळ झाली. एकदम शुकशुकाट. पोलिसांना पंचनाम्यालासुद्धा माणसं मिळाली नाहीत, असं ऐकलं.

**पुढारी** : ती कल्पना आपल्या नेत्यांना आहेच. म्हणून असा प्रभावी वक्ता आपला पदाधिकारी नसला तरी चालेल, अशी सवलत त्यांनी दिली आहे.

**तिसरा** : मग हरकत नाही. कारण काँग्रेस पदाधिकारी हा प्रभावी वक्ता नसतो अन् प्रभावी वक्ता हा काँग्रेसचा असूच शकत नाही, असं लोकमत आहे.

**पुढारी** : (रागावून) हे खोटं आहे. आता मी नाही हा प्रभावी वक्ता! माझ्या भाषणाला कशी गर्दी जमते?

**पहिला** : ते आमचं ट्रेड शिक्रेट आहे साहेब. रागावणार नसाल तर सांगतो. तुमचं भाषण ठेवलं म्हणजे आम्ही ट्रकमधून माणसं धरून आणतो. माणशी दहा रुपये. शेवटपर्यंत भाषण ऐकलंत, तर आणखी दहा रुपये ओव्हरटाईम म्हणून. शिवाय जेवणखाण फुकट अन् नंतर सभास्थानीच तमाशाचा प्रोग्रॅम आहे म्हणून आम्ही जाहीर करतो म्हणून गर्दी जमते.

**पुढारी** : हे नव्हतं माहीत मला. पण अशी प्रशिक्षण शिबिरं नियमितपणे भरवली पाहिजेत, असं नेत्यांनी सांगितलं आहे.

**दुसरा** : अहो, एक भरस्तोवर मारामार. वरचेवर कुठली भरवणार आपण शिबिरं? मग जनतेची सेवा आम्ही केव्हा करायची?

**पुढारी** : (चिडून) बस्स झाली ही चर्चा! उठा अन् कामाला लागा. निदान या शिबिराची तयारी करा. प्रत्येकाला गुरुदक्षिणा वाटा. जेवणखाण फुकट तर आहेच, पण रात्रीनंतर झकास तमाशाचा कार्यक्रम ठेवा म्हणजे तरी शिबिराला लोक नक्की येतील. उठा! (स्वत:च उठतात. 'जय हिंद, जय महाराष्ट्र' करून सर्वांचा निरोप घेतात.)

◆

# दोन्हीकडची नावं बदला!

(गुरुजी वर्गात प्रवेश करतात न करतात, तोच सर्व मुले उठून उभी राहतात आणि 'छत्रपती शिवाजी महाराज की जय!' असा जयजयकार करतात.)

**गुरुजी** : बसा बसा मुलांनो! आज तुम्ही नेहमीचा गोंधळ न करता हा जयजयकार कशासाठी सुरू केला आहे? आज शिवजयंती आहे काय?

**पहिला** : म्हणजे काय गुरुजी? तुम्हाला माहीतच नाही का? अहो एवढी मोठी घटना घडली!

**गुरुजी** : कसली घटना?

**दुसरा** : असं काय करता सर? अहो बाँबेचं 'मुंबई' झालं ना! आता व्ही.टी.चं सी.एस.टी.पण झालं!

**गुरुजी** : व्ही.टी.चं सी.एस.टी.? ही काय भानगड?

**तिसरा** : मी सांगतो समजावून सर तुम्हाला. परवा तुम्ही रजेवर होता आठ दिवस. फ्ल्यू झाला म्हणून. तुम्ही पेपर वाचले नाहीत या आठवड्यातले बहुतेक.

**पहिला** : अहो, आपल्या मुंबईच्या 'बोरीबंदर' स्थानकाचं नाव बदललं सरकारनं. 'व्हिक्टोरिया टर्मिनस' असं जुनं नाव होतं ना, ते बदलून 'छत्रपती शिवाजी टर्मिनस' असं नाव ठेवलं.

**गुरुजी** : कोण म्हणतं?

**दुसरा** : कलमाडीच म्हणतात. ते रेल्वेमंत्री आहेत ना! त्यांनीच एका समारंभात ही घोषणा केली.

**गुरुजी** : असं होय? छान! छान! कलमाडी सध्या फारच तेजीत आहेत खरे. नव्या नव्या सुधारणा करण्याचा त्यांनी सपाटाच लावला आहे, पण व्ही.टी.चं सी.एस.टी. ही काय भानगड आहे? तिथं एस.टी.चं पण स्थानक होणार आहे काय?

**तिसरा** : हॅट! ते सी.एस.टी. नव्हे गुरुजी. सी.एस.टी. म्हणजे 'छत्रपती शिवाजी

टर्मिनस.' व्हिक्टोरिया टर्मिनसचं जसं व्ही.टी. झालं, तसं आता छत्रपती शिवाजी टर्मिनसचं सी.एस.टी. होणार. माझे वडील म्हणत होते, आपल्या लोकांना कुठल्याही गोष्टींचा शॉर्ट फॉर्म करायची फार वाईट खोड आहे. महात्मा गांधी रोडलाही ते एम.जी. रोड म्हणतात. वल्लभभाई पटेल रोडला ते व्ही.पी. रोड म्हणतात. मूळच्या चांगल्या नावाचा ते फार चुथडा करून टाकतात.

**गुरुजी** : ही गोष्ट बाकी खरी आहे. मुलांनो, 'छत्रपती शिवाजी टर्मिनस' असं जसं सरकारने नाव बदललं तसं आपले लोक 'सी.टी.' म्हणजे छत्रपती टर्मिनस किंवा 'सी.एस.टी.' म्हणजे 'छत्रपती शिवाजी टर्मिनस' असाच उच्चार करणार. काही काळानं सी.एस.टी. म्हणजे काय ते पुन्हा समजावून सांगावं लागेल. पण तरीसुद्धा झाली ही गोष्ट उत्तम झाली. मुंबईचं मराठीपण कायम ठेवण्याचा तेवढाच एक मार्ग आता उरला आहे.

**चौथा** : सर, हा बंड्या म्हणतो, केंद्रातल्या काँग्रेस सरकारनं युतीच्या शासनावर मातच केली ही घोषणा करून.

**गुरुजी** : होय रे बंड्या. एवढ्यात तुला राजकारणातलं इतकं बारीकसारीक कळायला लागलं.

**बंड्या** : मी नाही म्हणालो गुरुजी. माझे वडील काल म्हणत होते.

**गुरुजी** : तुझे वडील काँग्रेस आयचे कार्यकर्ते आहेत. मला माहीत आहे. ते काय म्हणत होते?

**बंड्या** : ते म्हणत होते, आम्ही चांगली जिरवली या युतीच्या सरकारची. बॉंबेचं 'मुंबई' करून मराठी माणसाचं मन जिंकायला बघता का? आम्हीपण 'छत्रपती शिवाजी टर्मिनस' करून टाकलं ना व्ही.टी.चं. आता बसा ठणाणा करीत! या लोकसभेच्या निवडणुकीत आता पुन्हा लोकांची मतं आम्हालाच मिळतात की नाही ते पाहाच. शाबास त्या कलमाडीची! आता एखाद्या रेल्वेमार्गाचं ब्रॉडगेज लवकर नाही झालं तरी चालेल. मुंबईतल्या उपनगरी रेल्वेतल्या सुधारणा थोड्या सावकाशीनं केल्या तरी चालतील!

**गुरुजी** : तुझे वडील खरं म्हणजे नाईक-गाडगीळ-चव्हाण गटातले ना बंड्या? मग कलमाडींची इतकी स्तुती ते कसे काय करतात?

**पहिला** : मी सांगू का सर? माझे मामाच काल सांगत होते. ते म्हणाले, "सध्या काँग्रेस पक्षात ऐक्याची बोलणी चालू आहेत ना! ही एकी होणं तसं कठीणच आहे. पण तूर्त एकमेकांची नुसती स्तुती करायची, असं सगळ्यांनी ठाम ठरवलं आहे." माझे मामा परवाच नगरला शेतकरी

मेळाव्याला गेले होते. तेच सांगत होते, "तूर्त आपल्या विरोधकांसंबधी अगदी चांगलं चांगलं बोला." असं शरद पवारांनी तिथं खाजगीत सांगितलं म्हणतात.

**गुरुजी** : शरद पवारांनी नक्कीच तसं सांगितलं असेल. ते फार हुशार गृहस्थ आहेत. परवाच त्यांनी सुधाकररावांची किती स्तुती केली! "नाईक शिवसेनेत मुळीच जाणार नाहीत. शिवसेनेत जायला ते काय बाबासाहेब भोसले आहेत?" असं स्वच्छ खणखणीत स्वरात बोलले ते.

**पहिला** : पण गुरुजी, व्ही.टी.चं छत्रपती शिवाजी टर्मिनस करून काँग्रेसनं बाजी मारली म्हणतात, मग औरंगाबादचं 'संभाजीनगर' करायला ते पाठिंबा का देत नाहीत? तसं केलं, तर युतीच्या सरकारची आणखी एकदा जिरेल नाही का?

**गुरुजी** : ते सगळं खरं, पण औरंगाबादचा प्रश्न जरा नाजूक आहे. मुलांनो, औरंगाबाद हे नावच मुळी 'निधर्मी' आहे. तिथं अल्पसंख्य समाजाची वस्ती जवळजवळ तीस टक्के तरी आहे. त्यांच्या भावना नाही का दुखावणार? काँग्रेस आय पक्षाची सगळी मदार आता अल्पसंख्य समाजावरच आहे. या खेपेला ते आपल्याला मतं देतील, अशी काँग्रेसच्या पुढाऱ्यांना आशा वाटू लागली आहे. ते सारखे आशाळभूत चेहऱ्यानं अल्पसंख्य समाजाकडं पाहताहेत. ते कसं 'संभाजीनगर' नावाला पाठिंबा देतील? वेडा आहेस काय? अरे 'सर्वधर्मसमभाव' हा तर आपल्या राज्यघटनेचा पाया आहे, समजलास?

**दुसरा** : मला तर वाटतं गुरुजी, माझे काका म्हणत होते बरं का, औरंगाबादचं संभाजीनगर केंद्र सरकारनंच करावं, म्हणजे युतीची चांगली जिरेल. इतकंच नाही, तर उस्मानाबादचंही त्यांनी पुन्हा 'धाराशीव' हे नाव करावं. म्हणजे आणखी जिरेल या जात्यंध सरकारची. गुजरातेतदेखील भाजपाचं सरकार आहे ना? तिथं अहमदाबादचं 'कर्णावती' हे नाव ठेवावं. म्हणजे तिथंही भाजपा सरकारची चांगली जिरेल. सगळ्या हिंदू समाजाची मतं पुन्हा काँग्रेसला नक्की मिळतील. कशी आहे कल्पना?

**गुरुजी** : शहाणा आहेस! अशा गोष्टींमुळे हिंदू समाजावर तर काही परिणाम होणार नाहीच, पण जरा जवळ येत चाललेला अल्पसंख्य समाजही पुन्हा लांब धूम ठोकील, समजलास?

**पहिला** : मग अल्पसंख्य समाजाला खूश करण्यासाठी आपली सध्याची काही नावं बदलावीत का? माझे मामा इतिहासाचे प्रोफेसर आहेत. तेच सांगत होते –

**गुरुजी** : काय सांगत होते?

**पहिला** : ते सांगत होते, औरंगजेबाच्या कारकिर्दीत त्यानं आपल्या महाराष्ट्रातल्या अनेक गावांची नावं बदलून छान छान नवीन नावं ठेवली होती, पण या दुष्ट मराठ्यांनी ती पुन्हा बदलून टाकली.

**गुरुजी** : असं? कोणकोणती नावं बदलली होती त्यानं?

**पहिला** : माझे मामा सांगत होते, औरंगजेब जेव्हा महाराष्ट्रात मुक्काम ठोकून होता ना, त्या काळात त्यानं 'सिंहगड' जिंकल्यावर त्याचं नाव ठेवलं 'बक्षिंदाबक्ष', नाशिकचं नाव ठेवलं 'गुलशनाबाद' अन् पुण्याचं नाव पण बदलून ठेवलं 'मुहियाबाद'.

**गुरुजी** : मुहियाबाद? म्हणजे काय?

**पहिला** : या औरंगजेबाचाच एक पणतू होता. मुहियाहमेल्लन नावाचा. तो इ.स.१७०३मध्ये पुण्यातच मरण पावला. म्हणून औरंगजेबानं पुण्याचं नाव ठेवलं मुहियाबाद. माझ्या मामांनीच सांगितलं हे गुरुजी.

**गुरुजी** : नाव बदलायचा नादच होता काय या औरंगजेबाला?

**पहिला** : होय गुरुजी. रायगड जिंकल्यावरपण त्यानं नाव बदललं 'नबीशाहगड'. असं त्याचं ठेवलं अन् तोरणा किल्ला जिंकल्यावर नाव ठेवलं 'फत्तेहुलाब'. मी कालच ही नावं टिपून घेतली इतिहासाच्या वहीत. ही बघा. ही नावं पुन्हा ठेवली तर? अल्पसंख्य समाजही एकदम खूश होईल. इकडं ही बदलायची अन् तिकडं ती.

**गुरुजी** : अरे अल्पसंख्य समाज आता बिथरलेलाच आहे. त्याचा काँग्रेस पक्षावर विश्वास उरलेला नाही अन् बहुसंख्य समाज तर काँग्रेसवर चिडलेलाच आहे. आता कुणाचीच मतं काँग्रेसला मिळण्यासारखी नाहीत. हे गवत खाऊ का ते गवत खाऊ असं म्हणत दिवसभर उपाशी राहिलेल्या इसापनीतीतल्या गाढवासारखी त्याची अवस्था होणार आहे. असो, आज एवढंच पुरे!

◆

# ऐक्य एक्स्प्रेस

(एका शाळेतील वर्ग. गुरुजी हातात रेल्वेचे वेळापत्रक घेऊनच वर्गात प्रवेश करतात. विद्यार्थी थोड्या वेळाने उठून उभे राहतात आणि मग खाली बसतात.)

**गुरुजी :** बसा बसा मुलांनो, आपल्या देशातल्या रेल्वेगाड्यांप्रमाणे तुम्हीदेखील प्रत्येक गोष्टीला उशीर करता आहात, ही गोष्ट चांगली नाही. उभं राह्यचं असेल, तर वेळेवर उभं राहात चला. कळलं?

**पहिला :** होय सर, एकूण आज तुम्ही आम्हाला आपल्या रेल्वेबद्दलची माहिती सांगणार आहात.

**गुरुजी :** बरोबर, म्हणून तर मी हे रेल्वेचे संपूर्ण टाइमटेबलच बरोबर आणलं आहे. रेल्वेचं टाइमटेबल कसं बघावं हे आज मी तुम्हाला समजावून सांगणार आहे.

**दुसरा :** माझे वडील म्हणत होते की गाडीला किती उशीर होणार आहे, हे आपल्याला या टाईमटेबलवरून बरोबर समजतं.

**गुरुजी :** करेक्ट! कोणकोणत्या गाड्यांत कोणकोणत्या गैरसोयी आहेत, हेही या पुस्तकावरून आपल्या ध्यानात येतं.

**तिसरा :** रेल्वेला झालेल्या अपघातांची चित्रं या टाइमटेबलमध्ये आहेत का सर? चित्रं असली म्हणजे पुस्तक वाचावंसं वाटतं.

**गुरुजी :** चित्रं घातली तर पुस्तकाची किंमत आपल्याला परवडणार नाही मुलांनो. कारण तशी बरीच चित्रं रेल्वेखात्याला यात घालावी लागतील; ठिकठिकाणच्या अपघातांची.

**पहिला :** पण गुरुजी, ते कोण रेल्वेमंत्री? त्यांनी राजीनामा दिल्यापासून रेल्वेचे अपघात बरेच कमी झाले आहेत असं म्हणतात. 'लोफर' का असंच काहीतरी त्यांचं नाव आहे बघा.

**दुसरा :** ए लोफर नाही रे 'जाफर!' जाफर शरीफ त्यांचं नाव. मी वाचलंय ना

त्यांचं नाव पेपरमध्ये! लोफर असलेला माणूस 'शरीफ' कसा असेल?

**गुरुजी** : छान! हुशार आहेस! अरे हे आपले रेल्वेमंत्री. पूर्वी कर्नाटकाचे मुख्यमंत्री निजलिंगप्पा यांच्या गाडीवर शोफर म्हणून काम करीत होते. त्यावरून त्यांचे नाव जाफर पडले असावे. पण ते गेल्यापासून रेल्वेखात्यात बरीच सुधारणा झाली आहे.

**चौथा** : माझे मामा रेल्वेमध्ये इंजिन ड्रायव्हर आहेत गुरुजी. ते म्हणाले, ''जाफर शरीफ यांची रेल्वेखात्यातून हकालपट्टी झाल्यावर आम्हाला आनंद तर झालाच; पण आमच्या इंजिनांनीदेखील आपोआप आनंदानं जोरात शिट्ट्या वाजविल्या.''

**गुरुजी** : शक्य आहे. त्यांचा कारभार तसाच होता. पण आणखी आनंदाची गोष्ट म्हणजे आपले पुण्याचे तरुण आणि तडफदार खासदार सुरेश कलमाडी त्यानंतर रेल्वेखात्याचे मंत्री झाले. त्यांनी तर आल्यापासनं नव्या सुधारणा करण्याचा धडाका चालविला आहे.

**पहिला** : डेक्कन क्वीन गाडीला त्यांनी आणखीनच सुंदर बनविलं म्हणतात. म्हणजे नेमकं काय केलं सर त्यांनी?

**गुरुजी** : अरे, डेक्कन क्वीननं प्रवास करणारी माणसं फार थोर असतात. त्यांच्यासाठी इतरांपेक्षा अधिक सुखसोयींची भर घातली. त्यांचं ते कर्तव्यच आहे.

**पहिला** : होय सर, माझे वडील कालच आईला सांगत होते. ते म्हणाले, ''पुण्याहून अहमदाबादला जाणारी 'अहिंसा एक्स्प्रेस' आता आठवड्यातून तीन वेळा धावणार आहे. तसंच पंढरपूरकडं जाणाऱ्या लोहमार्गाचं रुंदीकरण आता लवकरच होणार म्हणे. राष्ट्रपतींच्या हस्ते त्याचा शुभारंभ झालासुद्धा!''

**गुरुजी** : बरोबर आहे. आता त्यांनी सर्वेक्षणाचा कार्यक्रम जाहीर केला आहे. पुण्याहून आळंदीमार्गे नाशिकला जाणारा लोहमार्ग काढावा, अशी सूचना आल्याबरोबर त्या मार्गाचं सर्वेक्षण केलं जाईल, असं त्यांनी जाहीर केलंसुद्धा.

**पहिला** : पण गुरुजी, माझे वडील म्हणत होते, कालच त्यांनी पेपरमध्ये वाचलं, 'ऐक्य एक्स्प्रेस' नावाची एक नवीन वेगवान गाडी सुरू झाली म्हणून! सर्वेक्षण नाही, काही नाही, एकदम कशी काय सुरू झाली ही ऐक्य एक्स्प्रेस?

**गुरुजी** : अरे, गेल्या निवडणुकीत काँग्रेसनं जोरदार आपटी खाल्ली ना ठिकठिकाणी? तेव्हापासून सर्वेक्षण सुरू झालं होतं. आपल्या महाराष्ट्रात तर युतीचं शासन आल्यापासून ते सर्वेक्षण जोरात सुरू झालंय.

**ऐक्य एक्स्प्रेस । ७३**

**तिसरा** : ही 'ऐक्य एक्स्प्रेस' कुठून निघते अन् कुठं कुठं जाते गुरुजी?

**गुरुजी** : तो तपशील अजून ठरायचा आहे. कालच आपले भारताचे गृहमंत्री शंकरराव चव्हाण यांनी ही 'ऐक्य एक्स्प्रेस' सुरू झाल्याची अदभुत वाटणारी बातमी पेपरवाल्यांना सांगितली, पण मला थोडीशी कुणकुण लागली आहे.

**पहिला** : ही गाडी पण जाणार कुठं कुठं?

**गुरुजी** : शेवटी पोचायचं आहे सर्वांना मुंबईला, पण मुंबईला पोचायचं म्हटल्यावर सगळी स्टेशनं घ्यावी लागणार.

**दुसरा** : कोणकोणती स्टेशनं?

**गुरुजी** : तोच अवघड भाग आहे. ही ऐक्य एक्स्प्रेस निघाली खरी लातूरहून. पण मधली स्टेशनं वेडीवाकडी आहेत. आधी ही गाडी पुण्याला येणार. तिथं विठ्ठलरावांना घेणार. मग पुढचं स्टेशन आहे बारामती. ते घ्यावं की नाही अजून ठरत नाही. बारामती घ्यायचं ठरलं, तर शरद पवार बसणार. तिथून ती गाडी नांदेडला जाणार. मग शंकरराव चव्हाण या गाडीत बसणार. नांदेडहून पुसदला जायचं ठरवलं, तरी सुधाकर नाईक प्लॅटफॉर्मवर आले पाहिजेत. ते अजून या गाडीत बसायला तयार नाहीत. नंतर ही गाडी कोकणात जाऊन आंबेतला थांबणार. तिथं अंतुलेसाहेब बॅग वळकटी घेऊन तयार असले, तर त्यांना घेणार अन् मग ती मुंबईकडे कूच करणार.

**पहिला** : अरे बाप रे! हा लोहमार्ग भलताच अवघड आहे. मला नाही वाटत या गाडीनं कुणी प्रवास करील. ही गाडी नुसतीच रिकामी हिंडणार. मी नक्कीच सांगतो.

**गुरुजी** : तुझा अंदाज बरोबर आहे. या गाडीत हे सगळे उतारू बसणं एकूण अवघडच आहे. (तेवढ्यात तास संपल्याची घंटा होते) ती पाहा गाडी सुटल्याची घंटा झालीच. आता बाकीचं टाइमटेबल आपण पुढच्या तासाला पाहू या.

◆

# पांढऱ्या मच्छरांचा बंदोबस्त

(आरोग्यशास्त्राचे पुस्तक हातात घेऊन गुरुजी वर्गात प्रवेश करतात. वर्गात थोडीच मुले उपस्थित आहेत.)

**गुरुजी** : मुलांनो, आज आपण 'स्वच्छतेचे महत्त्व' हा नवीन धडा सुरू करणार आहोत. दूषित पाणी, त्यापासून होणारे रोग, साथी यांची माहिती आपण शिकणार आहोत. पण हे काय? वर्गात आज एवढी उपस्थिती कमी? बाकीचे विद्यार्थी निवडणूक प्रचाराला गेले आहेत काय?

**पहिला** : होय गुरुजी, आमचे काही मित्र या बंड्याच्या वडिलांचा प्रचार करण्यासाठी गावोगावी गेले होते. बंड्याचे वडील काँग्रेसचे उमेदवार आहेत ना! परत आल्यावर सगळे हिवतापानं आजारी पडले आहोत.

**गुरुजी** : कमाल आहे! मी आजच दूषित पाणी, डास आणि हिवताप हा धडा शिकविणार होतो. त्याच्या आतच ही साथ सुरूही झाली ना!

**दुसरा** : पण गावात डास फार झाल्याचा बोभाटा तर नव्हता. मग एकाएकी ही हिवतापाची साथ कशी सुरू झाली?

**गुरुजी** : आता आलं लक्षात? अरे, आपल्या गावाबाहेर तो जुना तलाव आहे ना, तिथले डास असतील हे. आपले पंतप्रधान नरसिंहराव परवा नाही का काँग्रेस पक्षाच्या राजकारणाबद्दल बोलताना म्हणाले, 'जिथं तलाव असेल तिथं मच्छर हे असणारच!' त्यांचं म्हणणं खोटं कसं असेल?

**तिसरा** : ही डासांची एखादी वेगळी जात आहे का गुरुजी? नेमकी निवडणुकीच्या वेळी कशी ही साथ आली?

**गुरुजी** : वाहवा! अगदी योग्य प्रश्न! दहापैकी दहा मार्क तुला. अरे, आरोग्य-शास्त्राच्या पुस्तकात अजून या डासांची माहिती आलेली नाही. ही मच्छरांची वेगळी जात आहे. त्यांना 'पांढरे डास' असे म्हणतात. काँग्रेस पक्षाचा जुना झालेला तलाव आहे ना, तिथं हे पैदा होतात अन् सार्वत्रिक

निवडणूक आली की त्यांची भरमसाट उत्पत्ती होते. त्या वेळचं हवामान, वातावरण त्यांच्या पैदाशीला फार उपयुक्त मुलांनो.

**पहिला** : माझे काका म्हणत होते, हे पांढरे डास नुसते गुणगुणत नाहीत, नुसते चावत नाहीत. ढेकणाप्रमाणे ते माणसाचं रक्तही शोषून घेतात अन् स्वत: चांगले गलेलठ्ठ होतात.

**गुरुजी** : अगदी खरं आहे. ही पांढऱ्या मच्छरांची जात तशी साधी नाही. भारी उपद्रवकारक! काँग्रेसचा हा जुनाट तलाव सध्या फारच घाण झालाय. सगळं पाणी नासलेलं आहे. शेवाळं काय, राडा-चिखल काय, काही विचारू नका. सगळीकडे दुर्गंधी! अरे, मग काय होणार? या मच्छरांची पैदास वाढणारच. हे मच्छर पुन्हा आपल्या पाच-सहा पिढ्यांची तरतूद करून ठेवतात.

**दुसरा** : सर, या बंड्याचे वडील काँग्रेसचे अधिकृत उमेदवार आहेत. त्यांच्याविरुद्ध पक्षातले अनेक बंडखोर उभे आहेत. ते म्हणाले, म्हणे सध्या आमच्या तलावात पाणी दिसतच नाही. पाण्यापेक्षा मच्छरच जास्त झालेत. सर्वत्र नुसते मच्छरच मच्छर!

**गुरुजी** : होय रे बंड्या, खरं आहे हे?

**बंड्या** : हो सर, माझ्या वडिलांना तर हे डास फार चावलेत. कित्येक दिवस झाले, त्यांना अजिबात झोप नाही. चुकून झोप लागलीच, तर मध्येच ते दचकून उठतात. 'बंडखोर... मच्छर... बंडखोर मच्छर' म्हणून ओरडतात. सारखे हातपाय खाजवीत असतात. माझ्या वडिलांना नाटक-तमाशाचा इतका नाद आहे की, त्यातली गाणी ते नेहमी गुणगुणत असतात. पण या बंडखोर डासांनी त्यांचा मूडच गेलाय! 'मला मदन भासे हा, मोही मना' या गाण्याऐवजी ते 'मला मच्छर भासे हा भीती मना' असं चुकून म्हणतात. तसंच 'या मदने मज गांजियले' या लावणीऐवजी ते 'या मच्छरे मज गांजियले' असंही म्हणतात.

**गुरुजी** : अरेरे! या बंडखोर डासांनी तुझ्या वडिलांना एवढा त्रास दिला असेल याची मला कल्पना नव्हती. ते निवडून येण्याचा काही संभव आहे काय?

**बंड्या** : काही नक्की सांगता येत नाही सर. निवडणूक संपल्यावर तलाव साफ करू अन् डासांचं निर्मूलन करू म्हणून वरचे साहेबलोक सांगताहेत; पण ते काही खरं नाही. या साथीत वडिलांचा बळीही जाईल. लोक असंही म्हणताहेत, 'पांढरे डास पळवून लावा, हजार रुपये मिळवा.' असं बक्षीस जाहीर केलं तर चालेल काय?

**गुरुजी** : सध्या असं प्रलोभन दाखवणं हा गुन्हा आहे मुलांनो.

**बंड्या** : मग डासापासून बचाव करण्याचा काही उपाय नाही?

**गुरुजी** : आहे, मच्छरदाणी नावाचा एक उपाय आहे. अंथरुणाभोवती बंदोबस्तानं मच्छरदाणी लावली की, डास यात शिरत नाहीत आणि माणसाला शांतपणे झोप लागते. काँग्रेस पक्षानंसुद्धा अशीच मच्छरदाणी लावून असल्या बंडखोर डासांना आत यायला मज्जाव केला पाहिजे. गुलाबदाणी, अत्तरदाणी, पीकदाणी याचं ऐश्वर्य पाहिजे असेल, तर पहिल्यांदा मच्छरदाणी मिळविली पाहिजे.

**पहिला** : पण काँग्रेस पक्ष हा तलाव आहे असं आपले पंतप्रधान म्हणतात ना? मग? सबंध तलावाला मच्छरदाणी कशी लावणार?

**गुरुजी** : खरं आहे. जगात अशी मच्छरदाणी मिळणं कठीण.

**पहिला** : माझे मामा म्हणत होते, काही डासांची जात फार धूर्त असते. मच्छरदाणी लावली तरी ते फटीतून आत शिरतात.

**गुरुजी** : होय, ते खरंच आहे. मग तुझ्या मामांना झोप तरी कशी लागते?

**पहिला** : त्यांनी एक युक्ती शोधून काढली आहे. ते आधी मच्छरदाणी पलंगाला लावून ठेवतात. मग फटीतून सगळे डास आत घुसले असं पाहिलं की ते फटीसह सर्व मच्छरदाणी नीट बंद करतात अन् शांतपणे बाहेर झोपतात.

**गुरुजी** : अरे वा! तुझे मामा डासांपेक्षाही जास्त चाणाक्ष दिसतात. शाबास त्यांची! मला वाटतं, राजकारणातही असंच केलं पाहिजे. आपण काँग्रेस पक्षाच्या बाहेर पडावं अन् सगळ्या डासांना त्याच्या आत खुशाल जाऊ देऊन मग मच्छरदाणी बंद करून टाकावी. कशी काय आहे युक्ती?

**दुसरा** : ही युक्ती फारच धूर्तपणाची आहे गुरुजी. म्हणूनच अर्जुनसिंग काँग्रेस पक्षातून बाहेर पडले काय?

**गुरुजी** : शक्य आहे. अर्जुनसिंग हे पहिल्यापासून फार हुशार गृहस्थ. ते योग्य वेळी मच्छरदाणीतून बाहेर पडले. आता त्यांना शांत झोप येईल.

**तिसरा** : पण ते स्वत:च एक 'पांढरा मच्छर' होते असं काहींचं म्हणणं आहे.

**गुरुजी** : अरे, सगळेच त्या जातीतले आहेत. कुणी कुणाला नावं ठेवायची?

**पहिला** : पण गुरुजी, मच्छरदाणी हा तात्पुरता उपाय झाला. सबंध डासाचंच निर्मूलन करणारा एखादा उपाय नाही का?

**गुरुजी** : असं आहे मुलांनो, रोग जेव्हा हद्दीबाहेर जातो ना, तेव्हा दोनच मार्ग. एक शस्त्रक्रिया किंवा रोग्याची आशा सोडून देणं. आता शस्त्रक्रियेची शक्यता नाहीच. मला वाटतं, या मच्छरांचं निर्मूलन करायचं असेल, तर हा तलाव आता पूर्णपणे बुजवूनच टाकला पाहिजे. एवढाच एक मार्ग आहे.

**दुसरा** : पण तलाव पूर्ण बुजवून टाकेपर्यंत तूर्त कासव छापासारखी एखादी उदबत्ती नाही का लावता येण्यासारखी? म्हणजे सध्या लोकांना उसंत तरी मिळेल.

**गुरुजी** : आहेत, तशा काही उदबत्त्या निघाल्या आहेत, पण अजून त्यांच्या गुणकारीपणाबद्दल खात्री नाही. एक 'कमळ छाप' उदबत्ती आहे. 'धनुष्यबाण छाप' उदबत्ती आहे. या दोन कंपन्यांनी भागीदारीत नवीन उदबत्ती काढली आहे. या उदबत्तीनं डासांची ताबडतोब पळापळ होईल अशी त्यांची खात्री आहे. ते पाच वर्षांची गॅरंटीपण लिहून देतात. त्याशिवाय 'चंद्रछाप', 'नांगरधारी शेतकरी छाप', 'हातोडा-कोयता छाप' अशा उदबत्त्या निघाल्या आहेत. कुठल्या उदबत्तीनं डासांची पळापळ होईल हे आता पाहायचं. लोकांनी त्या पेटवून तर ठेवल्या आहेत. पळापळ होते की नाही हे लवकरच कळेल. डास-मैदान आता फार लांब नाही. 'हाताचा पंजा छाप'पण उदबत्ती आहे. पण ती मच्छरांनी स्वत:च शोधून काढली असल्यामुळे ती एकदम बोगस आहे. त्या उदबत्तीनं डास मरण्याऐवजी ते वाढतातच, असा आजपर्यंतचा लोकांचा अनुभव आहे.

**तिसरा** : गुरुजी, या पांढऱ्या डासांसंबंधी आज आम्हाला खूपच छान माहिती समजली. तुम्ही हे नुसतं वर्गात सांगण्याऐवजी एखादं मार्गदर्शक पुस्तकच का लिहीत नाही?

**गुरुजी** : आहे, तसा विचार माझ्या डोक्यात आहेच. 'डासबोध' नावाचा एक ग्रंथच लिहिण्याचा मी संकल्प सोडला आहे. काही ओळी माझ्या मनात घोळतच आहेत. नमुना म्हणून चार-दोन ओळी सांगतो.

**मच्छराचे कैसे चालणे। मच्छराचे कैसे बोलणे।**
**मच्छराचे चावा घेणे। कैसे असे।।...**
**...वाढता वाढता वाढे। जात ही धूर्त दांडगी।**
**आणि म्हणून**
**यत्न तो देव जाणावा। फवारा आधी मारावा।**

(मुले टाळ्या वाजवितात, तास संपतो.)

◆

# झाला! कलंकी अवतार झालाच...!

(गुरुजी हातात एक नवेकोरे पुस्तक घेऊन वर्गात प्रवेश करतात. सर्व मुले उठून उभी राहतात.)

**गुरुजी** : बसा, बसा मुलांनो! एकदम खाली बसा. आज गुरुजींविषयी एवढा आदरभाव दाखविण्याचं कारण?

**पहिला** : आपलं स्नेहसंमेलन नुकतंच संपलं ना गुरुजी! बक्षीस समारंभही पार पडला.

**गुरुजी** : बरं मग?

**दुसरा** : आमच्यापैकी जवळजवळ प्रत्येकाला पुस्तक बक्षीस मिळालं आहे. आम्ही ती वाचण्याचा प्रयत्न करीत आहोत, तेव्हा काहीतरी अभ्यास घेऊन आमचा मूड घालवू नका, एवढीच आमची विनंती आहे.

**तिसरा** : सर, एक शंका आहे. विचारू?

**गुरुजी** : अवश्य विचार. हल्ली वर्गात शंका वगैरे कुणी विचारीत नाहीत. शंका विचारली म्हणजे तुम्ही जागे आहात हे मला समजतं. बोल, काय शंका आहे?

**चौथा** : काही नाही, बक्षीस-समारंभात आम्हाला न कळणारी पुस्तकंच का देतात?

**गुरुजी** : त्याचं काय आहे मुलांनो, काही पुस्तकं एरवी अजिबात खपत नाहीत. आपण मराठी माणसं चांगली पुस्तकंसुद्धा विकत घ्यायच्या भानगडीत पडत नाही. मग असली न कळणारी पुस्तकं कोण घेणार? म्हणून शाळेतील बक्षीस-समारंभात अशी पुस्तकं मुलांना वाटण्याची पद्धती आहे. शिवाय अशा पुस्तकावर कमिशनही भरपूर मिळतं. आलं लक्षात?

**पहिला** : आता आलं लक्षात. तुमच्या हातात हे कसलं पुस्तक आहे गुरुजी?

**गुरुजी** : तो बंड्या कुठाय? परवाच्या बक्षीस-समारंभाच्या वेळी तो हजर नव्हता.

चमचा-लिंबू शर्यतीत तिसरा आल्याबद्दल त्याला हे बक्षीस मिळालं आहे. बंड्या, ऊठ, हे पुस्तक घेऊन जा. फार सुंदर पुस्तक आहे. 'गीतेतील कर्मयोगा'वर श्रीकृष्णाचे झकास चित्र आहे. खाली श्लोकपण लिहिला आहे. हे काय – (वाचून दाखवितात.)

**परित्राणाय साधूनाम विनाशाय च दुष्कृताम।**
**धर्मसंस्थापनाऽर्थाय संभवामि युगेयुगे।।**

**बंड्या** : म्हणजे काय गुरुजी? आधी अर्थ सांगा लवकर. नाहीतर पुस्तक घरी नेणं धोक्याचं आहे.

**दुसरा** : तुझ्या वडिलांना विचार ना अर्थ. गुरुजींना कशाला त्रास देतोस? त्यांनी पुस्तकपण बक्षीस द्यायचं अन् वर अर्थ पण सांगायचा? अरे वा!

**गुरुजी** : अरे, बंड्याचे वडील राजकारणातले आहेत. पुढारी माणूस! त्यांना संस्कृत कसं येईल?

**बंड्या** : म्हणून म्हणतो, तुम्हीच सांगा अर्थ सर.

**गुरुजी** : त्याचं काय आहे, भगवंत अर्जुनाला सांगताहेत, 'सज्जनांचं रक्षण करण्यासाठी, दुष्टांचं निर्दालन करण्यासाठी आणि धर्माची स्थापना करण्यासाठी मी प्रत्येक युगात अवतार घेत असतो.' समजलं?

**तिसरा** : आता समजलं सर. प्रत्येक युगात परमेश्वर अवतार घेत असतो. असतो म्हटल्यावर आम्हाला जरा धीर आला. हल्ली कुठलं युग चालू आहे गुरुजी?

**पहिला** : अरे, हे कलियुग आहे. एवढं माहीत नाही? सध्या सज्जनांचं रक्षण कुणी करीतच नाही ना? मग?

**दुसरा** : अन् दुष्टांना शिक्षापण होत नाही.

**चौथा** : मग परमेश्वर नक्की अवतार घेणार. आपली पैज!

**बंड्या** : घेणार? घेतलाच आहे. माझे वडीलच परवा तसं आईला सांगत होते.

**गुरुजी** : काय सांगत होते तुझे वडील?

**बंड्या** : कलियुगात कलंकी अवतार होत असतो म्हणे. हा अवतार दक्षिणेत होणार अन् दुष्टांना शिक्षा करण्यासाठी तो घोड्यावर बसून उत्तरेत येणार असं पोथीत लिहिलेलं आहे. त्याप्रमाणे अवतार झालाच आहे. त्याची घोडदौडपण सुरू झाली आहे, असं म्हणाले ते.

**गुरुजी** : असं? कोण तो महापुरुष? त्याचं सध्याचं नाव काय?

**बंड्या** : वडील म्हणाले, 'त्या अवताराचं नाव नरसिंहराव. दक्षिणेतून येऊन ते आता दिल्लीला ठाण मारून बसले आहेत. सज्जनांचं रक्षण करणं अन् दुष्टांना शिक्षा करणं हे काम त्यांनी धडाक्यानं सुरू केलेलं आहे.'

**गुरुजी** : बरोबर आहे. त्या पूर्वीच्या सीनियर नरसिंहानं जसं बाल प्रल्हादाचं रक्षण केलं अन् दुष्ट हिरण्यकश्यपूचा वध केला त्याप्रमाणे या ज्युनिअर नरसिंहानं सगळ्या काँग्रेस-भक्तांना अभय देण्याचं काम हाती घेतलं आहे अन् दुष्टांवर खटले भरून त्यांना कोर्टात खेचण्याचं काम वेगात सुरू झालं आहे.

**पहिला** : म्हणजे हवाला प्रकरण काय गुरूजी? मग बरोबर आहे. आपल्याच पक्षातल्या अनेक दुर्जनांवर त्यांच्या सरकारनं खटले भरायचं काम सुरू केलं आहे खरं!

**बंड्या** : वडील म्हणाले, ''या नवीन अवतारानं पहिल्यांदा सज्जनांचं रक्षण करायचं काम झकास पार पाडलं. बोफोर्सच्या संकटातून त्यांनी राजीव गांधींचा बचाव केला. रोखे घोटाळ्याच्या आगीतून त्यांनी हर्षद मेहतांना वाचवलं. साखर घोटाळ्यातून कल्पनाथ राय यांची सुटका केली. मग त्यांनी सीबीआय नावाचं एक भयंकर शस्त्र हातात धरलं आणि दुष्टांचं निर्दालन सुरू केलं.''

**दुसरा** : पण गुरुजी, मला हे कळलं नाही. त्यांनी आपल्याच पक्षातल्या भक्तांचं निर्दालन कसं सुरू केलं?

**गुरुजी** : अरे, हे खरे भक्त नव्हतेच बाबांनो! आपणच कलंकी अवतार व्हावं असं त्यांच्यापैकी प्रत्येकाला वाटत होतं. बलराम जाखड काय, माधवराव शिंदे काय किंवा विद्याचरण शुक्ल काय, सगळ्यांना स्वत:च कलंकी अवतार व्हायची घाई झाली होती. ते बुटासिंग, धवन सगळे दुर्जनच खरे! त्यांना या अवतारानं एकदम कलंकित करून टाकलं. त्यामुळे या कलंकी अवताराच्या मागे तेजोवलयपण लोकांना हल्ली दिसू लागलं आहे, असं म्हणतात.

**तिसरा** : माझे मामा म्हणत होते, हल्ली नरसिंहराव त्यामुळे लोकप्रियतेच्या शिखराकडे भराभर चालले आहेत.

**बंड्या** : माझे वडीलपण परवा म्हणाले, ''नरसिंहराव म्हणजे 'मसीहा ऑफ मासेस' असं लोकांना वाटतं आहे.'' म्हणजे काय गुरुजी? माझ्या वडिलांनापण त्याचा अर्थ ठाऊक नाही.

**गुरुजी** : अरे इंग्रजी पेपरमधले ते शब्द! तुझ्या वडिलांना त्याचा अर्थ कसा कळणार? 'मसीहा ऑफ मासेस' म्हणजे 'बहुजन समाजाचा त्राता' किंवा 'उद्धारकर्ता.' समजलं?

**तिसरा** : माझे मामा म्हणाले, ''या कलंकी अवतारानं गेल्या पाच वर्षांत कोणकोणती वैशिष्ट्यपूर्ण कामगिरी केली, त्याची माहिती सांगणाऱ्या मोठमोठ्या

जाहिराती सगळ्या वर्तमानपत्रातून झळकताहेत म्हणे.'' ते म्हणाले, ''दूरदर्शन, झी टी.व्ही., एटीएन यांच्या पडद्यांवरदेखील सध्या सतत या कलंकी अवताराचं दर्शन घडविलं जात आहे.''

**पहिला** : हल्ली हे 'राव-दर्शन' पडद्यावर घडल्यावर आपण दोन्ही हात जोडून नमस्कार करावा काय गुरुजी? बोलून चालून परमेश्वरी अवतार तो! नमस्कार ठोकलेला बरा. नाही का सर?

**गुरुजी** : ते तुमचं तुम्ही ठरवा. हल्ली अशा शॉर्ट फिल्म्स मणीशंकर अय्यर यांनी काढल्या आहेत खऱ्या. या दर्शनासाठी गेल्या तीन महिन्यात फक्त अडीचशे कोटी रुपये खर्च झाले आहेत असं सांगतात.

**दुसरा** : देवदर्शन घडायचं म्हणजे पैसे खर्च होणारच की! गेल्या वर्षी आम्ही तिरुपती बालाजीच्या दर्शनाला गेलो होतो. तिथं तर माणशी पन्नास-पन्नास, शंभर-शंभर रुपये भरावे लागतात, तर लवकर दर्शन घडतं. मग नव्वद कोटी लोकांसाठी अडीचशे कोटी दक्षिणा म्हणजे काहीच नाही.

**दुसरा** : या कलंकी अवतारावर एक सिनेमाच सरकार का काढत नाही गुरुजी? सिनेमाच काढला, तर या अवतारालाही आणखी पब्लिसिटी मिळेल.

**बंड्या** : चांगली आयडिया आहे. या चित्रपटाला 'बँडिट किंग' असं नाव द्यावं. 'बँडिट क्वीन'पेक्षा तो जोरात चालेल.

**गुरुजी** : छट्! धार्मिक चित्रपटांना असली नावं कुठं देतात काय? मूर्खच आहेस बंड्या तू! त्यापेक्षा 'रिटर्न ऑफ नरसिंह' असं नाव द्यावं. असो, तूर्त हा विषय इथंच बंद. बंड्या, तू बक्षिसाचं हे पुस्तक घरी घेऊन जा अन् वाचण्याचा प्रयत्न कर.

◆

# कठीण प्रश्नाचं सोपं उत्तर – भ्रष्टाचार!

(गुरुजी वर्गात हिरमुसल्या मुद्रेने प्रवेश करतात. सर्व मुले चेहरे पाडून गप्प बसलेली आहेत. वर्गात भीषण शांतता पसरली आहे.)

**गुरुजी** : मुलांनो, आज माझा अभ्यासाचा मूड नाही. आज आपण दुसऱ्याच विषयावर गप्पा मारू.

**पहिला** : चालेल. नाहीतरी अभ्यास घ्यायच्या बाबतीत तुमचा मूड लवकर लागत नाहीच. पण आज तुमचा चेहरा इतका पडलेला का आहे?

**दुसरा** : अरे, त्यांचा पगार अजून झालेला नसेल. माझे वडील म्हणत होते, काही काही शाळा सरकारी ग्रँट आल्याशिवाय पगार देतच नाहीत.

**गुरुजी** : नाही, तसं नाही मुलांनो, पगार वगैरे सगळं वेळेवर झालेलं आहे.

**तिसरा** : कदाचित घरच्या आघाडीवर –

**गुरुजी** : एकदम सामसूम आहे.

**चौथा** : मग हरकत नाही. हा बंड्यापण मघाशी तेच सांगत होता. बंड्याच्या वडिलांनी बंड्याच्या आईला हिऱ्याच्या कुड्या आणून दिल्या. त्यामुळे घरात तूर्त भांडाभांडी अजिबात नाही, एकदम शांतता आहे म्हणाला.

**गुरुजी** : होय रे बंड्या? खरं आहे हे?

**बंड्या** : हो सर, सध्या आमच्या वडिलांना घरी दोन्ही वेळा व्यवस्थित जेवायला मिळतं.

**गुरुजी** : मग हरकत नाही. पण मुख्य गोष्ट बाजूलाच राहिली. आज माझा मूड का नाही माहीत आहे? परवा कोलकात्यात आपला क्रिकेटचा संघ सामना हरला ना! तेव्हापासून मला एकदम उदास वाटायला लागलं.

**पहिला** : खरं आहे सर. आम्हीपण तेव्हापासनं गप्पगप्पच आहोत. दंगा करावा, नेहमीसारखी मारामारी करावी, अशी इच्छासुद्धा होत नाही.

**दुसरा** : तोंडाला चवच नाही राहिली. काही खावंसं वाटत नाही. शिव्यासुद्धा

खायला नकोनकोशा वाटतात.

**तिसरा** : आपण पाकिस्तानबरोबर सामना जिंकला होता तेव्हा सगळ्यांना किती आनंदीआनंद झाला होता! तुम्हीसुद्धा त्या दिवशी कधी नव्हे ते छान शिकवलंत! आठवतं?

**गुरुजी** : (खूश होऊन) अरे, त्या दिवशीची गोष्ट वेगळी. नुसता जल्लोष होता सगळीकडे!

**पहिला** : माझे मामा तर म्हणत होते, आता विल्स करंडक नाही मिळाला तरी चालेल! पाकिस्तानसारख्या बलाढ्य संघाला आपण हरवलं, यात सगळंकाही आलं. एक्काहत्तरच्या बांगलादेशाच्या लढाईनंतर आपल्याला मिळालेला हा पहिलाच विजय! हे धर्मयुद्धच होतं एक प्रकारे.

**गुरुजी** : छे: छे:! असं बोलू नये. आपण निधर्मी राष्ट्र आहोत. नीट लक्षात ठेवा.

**चौथा** : सर, याचे मामा जातीय आणि प्रतिगामी पक्षाचे कार्यकर्ते आहेत. त्यांच्या बोलण्याकडे नका लक्ष देऊ.

**गुरुजी** : ते खरंच आहे. बंड्या, तू का सारखी चुळबुळ करतो आहेस? तुला आणखी काही सांगायचंय?

**बंड्या** : गुरुजी, माझे वडील परवा आईला काय सांगत होते माहीत आहे? ते म्हणाले, वसीम अक्रमला आपल्या लोकांनी आजारी पडण्यासाठी भरपूर लाच दिली असावी.

**गुरुजी** : तुझे वडील राजकारणातले आहेत. त्यातून काँग्रेस आयचे पुढारी. त्यांना तशी शंका येणं स्वाभाविक आहे.

**बंड्या** : नाही गुरुजी, पाकिस्तानमधल्या काही लोकांनादेखील तसा संशय येतो आहे. पेपरमध्ये तसं छापून आलंय म्हणे.

**गुरुजी** : अरे, असे आरोप-प्रत्यारोप चालायचेच! आपल्याकडे नाही का झालं मागं? अविश्वास ठरावाच्या वेळी नेमके काही खासदार आजारी पडले. काही जणांचं एकदम मतपरिवर्तन झालं. आता या योगायोगाच्या गोष्टी असतात.

**पहिला** : म्हणजे गुरुजी, तुम्ही त्या झारखंड-मुक्ती मोर्चाच्या चार खासदारांबद्दल बोलता आहात का? माझे मामाच परवा तसं काहीतरी सांगत होते खरं.

**गुरुजी** : काय म्हणत होते तुझे मामा?

**पहिला** : ते म्हणाले, झारखंड मुक्ती मोर्चाच्या चार खासदारांना काँग्रेसने फितवलं. त्यांची आणि पंतप्रधानांची भेट झाली. त्यांच्या बँकेच्या खात्यात लाखो रुपये भरले गेले. ताबडतोब त्यांचं मतपरिवर्तन झालं.

**गुरुजी** : हो, असा आरोप आहे खरा.

**पहिला :** नुसता आरोप नाही गुरुजी, त्यातला एक खासदार तर फुटला अन् भाजपामध्ये गेला. पत्रकार परिषदेत त्यानं स्वत: तोंडानं ही गोष्ट कबूल केली. 'शैलेंद्र महाचोर' असं काहीसं त्याचं नाव आहे.

**गुरुजी :** महाचोर नाही रे, महातो नाव आहे त्याचं.

**पहिला :** असं होय?

**चौथा :** पण त्या खासदारानं भाजपाचापण राजीनामा दिला म्हणे. हे सगळं खोटं आहे, असंपण म्हणतो आहे म्हणे तो.

**बंड्या :** माझे वडीलपण खूश झाले ही बातमी वाचून सर. ते म्हणाले, 'इतका कर्तबगार माणूस काँग्रेसमध्येच यायला पाहिजे! वा! अशी हिम्मत पाहिजे.'

**गुरुजी :** बहुतेक नसेल तसं घडलं. सांगितलं ना, योगायोगानं घडतात अशा गोष्टी. पण आपल्या लोकांना हल्ली प्रत्येक गोष्टीत भ्रष्टाचार घडल्याचा संशय देतो. तुम्हाला माहीत आहे, जर्मनीतलं 'गटिंग्रेन विद्यापीठ' आणि 'ट्रान्सफरन्सी इंटरनॅशनल' या दोन संस्थांनी या विषयाबाबत नुकतीच एक्केचाळीस देशांची एकत्र पाहणी केली. त्यात असं आढळलं की, न्यूझीलंड, डेन्मार्क आणि सिंगापूर या राज्यांत भ्रष्टाचाराचं प्रमाण जगात सर्वात कमी आहे.

**दुसरा :** काय म्हणता काय? खरं नाही वाटत.

**गुरुजी :** जाऊ द्या. तासच संपत आला. ठरल्याप्रमाणे आपण अभ्यास न घेता वेळ घालविला याचा मला आनंद होतो. आता तास संपायला पाचच मिनिटं उरली आहेत.

**पहिला :** मग एक लहानशी गोष्ट तरी सांगा. एखादी तात्पर्य-कथा – ती नेहमी लहान असते.

**गुरुजी :** ठीक आहे. सांगतो. परवाच मी इसापनीतीतली गोष्ट वाचत होतो. वाचता वाचता झोप लागली. झोपेत मला एक स्वप्न पडलं.

**चौथा :** स्वप्न साधं होतं का कलर्ड?

**गुरुजी :** जाळ्यात सापडलेला 'सिंह अन् एक उंदीर' यांची गोष्ट आहे ना पुस्तकात? तीच वाचता वाचता झोप लागली मला. स्वप्नात पुन्हा तीच गोष्ट. तो म्हातारा सिंह पुन्हा एकदा जाळ्यात सापडला. त्याची हालचाल बंद झाली. अरण्यातल्या सर्व प्राण्यांना आनंद झाला. या सिंहाच्या तावडीतून आपली सुटका आता झालीच, असं सर्वांना वाटलं.

**दुसरा :** मग काय झालं?

**गुरुजी :** एक लबाड कोल्ह्यानं एक उंदीर धरून आणला अन् त्याला सिंहाकडे नेलं. 'जाळं तोड अन् सिंहाची सुटका कर. बोल, तुला काय बक्षीस

पाहिजे?' म्हणून विचारलं. उंदीर हुशार. तो म्हणाला, 'मला भरपूर खायला दे. आमच्या बिळातच सगळं आणून टाक. अन् आमच्या बिळाला स्वातंत्र्य दे.' सिंहानं ती गोष्ट कबूल केली. भरपूर खाद्य त्यांच्या बिळात पाठवून द्यायची व्यवस्था केली. मग उंदीर आणि त्याचे इतर दोघं-तिघं मित्र यांनी जाळं कुरतडून त्या म्हाताऱ्या सिंहाची सुटका केली. तात्पर्य –

**बंड्या** : आलं लक्षात. कुठलाही कठीण प्रश्न सोडवायचा असेल, तर सगळ्यात सोपा मार्ग म्हणजे भ्रष्टाचार!

(मुले टाळ्या वाजवितात.)

◆

# स्वच्छ चारित्र्याच्या चोरांनाच स्थान!

(गुरुजी वर्गात कॅटलॉग घेऊन प्रवेश करतात. वर्गात अगदी थोडीच मुले आहेत. गुरुजी खुर्चीत स्थानापन्न होतात.)

**गुरुजी :** मुलांनो, नेहमीप्रमाणे वार्षिक परीक्षा आली आणि संपली. आता तुमचं पेपर्स तपासण्याचं काम चालू आहे. तुम्ही तोपर्यंत शाळेत नुसते येऊन जात जा. वर्गात जाऊ नका. तुम्ही बसलात म्हणजे आम्हाला वर्गावर यावंच लागतं.

**पहिला :** या कडक उन्हाळ्यात घरी बसून तरी आम्ही काय करणार गुरुजी? इथं आलो म्हणजे निकालासंबंधी काहीतरी ताजी बातमी तरी कळते.

**दुसरा :** होय सर, गणिताचे पेपर्स तपासूनपण झाले म्हणे.

**गुरुजी :** कोण म्हणतं?

**तिसरा :** टोणगे सरांचा भाचा आहे ना, तोच मघाशी सांगत होता. टोणगे सरांनी शिकवणीच्या मुलांना पेपर आधीच सांगितला होता म्हणे.

**गुरुजी :** म्हणजे पेपर फुटला? आपल्या शाळेतसुद्धा? कमाल झाली!

**चौथा :** सर, तुम्ही का नाही हो पेपर फोडलात मराठीचा? खूप मजा आली असती.

**गुरुजी :** हॅट! मराठीच्या पेपरला विचारतो कोण? परवा संभाव्य प्रश्न म्हणून काढलेली खरी प्रश्नपत्रिका सांगायला लागलो तरी पोरं नको म्हणाली. गणित, विज्ञान यातलं काही माहीत असलं तर सांगा म्हणाली. मराठीचं काय, लिहू कसंही. असं कार्टी वर म्हणत होती.

**पहिला :** जाऊ द्या सर. तुम्ही कशाला वाईट वाटून घेता? हे जगच असं आहे. आता आलाच आहात, तर एक गोष्ट तरी सांगा आम्हाला.

**दुसरा :** गुरुजी 'अलीबाबा आणि चाळीस चोर' ही जुनी गोष्ट आहे ना हो?

**गुरुजी :** अगदी जुनी, अरेबियन नाईट्‌समधील प्रसिद्ध गोष्ट आहे ती. का बरं? कशासाठी तुला ही गोष्ट आठवली?

**तिसरा :** नाही, बंड्या म्हणतो, पुन्हा कुणीतरी एक अलीबाबा चाळीस चोरांना

घेऊन आपल्या देशात आलाय.

**गुरुजी** : होय रे बंड्या, हे काय नवीन बांडुंग काढलंस तू आज?

**बंड्या** : मी नाही गुरुजी. माझे वडीलच परवा आईला सांगत होते तसं.

**गुरुजी** : काय सांगत होते ते?

**बंड्या** : ते म्हणाले, ओरिसाचे माजी मुख्यमंत्री पटनाईक म्हणून आहेत. ते म्हणाले, 'सध्याचं नरसिंहराव सरकार म्हणजे अलीबाबा आणि चाळीस चोर यांचा नवा अवतार आहे. जनतेच्या पैशावर डल्ला मारणं हा यांचा मुख्य धंदा आहे अन् हा म्हातारा अलीबाबा स्वत:च सगळ्या चोरांना संरक्षण देतो आहे.'

**गुरुजी** : आता आलं लक्षात! पण काय रे बंड्या, तुझे वडीलपण या चाळीस चोरांत आपला नंबर लागावा म्हणून प्रयत्न करीत होते ना? त्याचं काय झालं?

**पहिला** : माझे मामा काहीतरी सांगत होते खरं. ते म्हणाले, एकोणचाळिसाव्या चोरांत बंड्याच्या वडिलांचा नंबर लागणार होता, पण थोडक्यात हुकला. दुसरेच चोर तेवढ्यात आत घुसले.

**दुसरा** : सर, या चोरांची म्हणजे अलीबाबाची गुहा आहे तरी कुठे? तिथे खूप सोनंनाणं, पैसा असेल नाही?

**गुरुजी** : नक्की माहीत नाही, पण स्वित्झर्लंडमध्ये काही बँका आहेत. त्यांच्या वेगवेगळ्या गुहा आहेत. तिथं काही चोरांचं सोनंनाणं, दागदागिने, पैसे असू शकतील. बोफोर्स नावाचा एक प्रसिद्ध दरोडा पडला होता पूर्वी. त्यातले पैसे याच गुहेत आहेत असं म्हणतात.

**तिसरा** : पण 'तिळा उघड' म्हटल्यावर या गुहेचं दार पूर्वी उघडायचं. आता तो मंत्र चालत नाही का?

**गुरुजी** : कसा चालणार? काळ बदलला तशी गोष्टही बदलली बाबांनो!

**चौथा** : म्हणजे नेमकं काय झालं?

**गुरुजी** : हा म्हातारा अलीबाबाच या टोळीचा प्रमुख! टोळीचा नायक म्हणून आपलं स्थान कायम राहिलं पाहिजे ना! मग काय, आपल्या चोराचोरांतच त्यानं दिली भांडणं लावून.

**पहिला** : हा नवीन अलीबाबा फार हुशार दिसतो गुरुजी!

**गुरुजी** : भलताच हुशार! महाकारस्थानी! त्यामुळे काही चोर कंटाळून आपणहून या टोळीतून बाहेर पडले. त्यांनी दुसरी टोळी स्थापन केली.

**बंड्या** : होय गुरुजी, माझे वडील सध्या कुंपणावरच आहेत. कुठली टोळी जिंकते ते पाहू अन् मग काय करायचं ते ठरवू असं परवा म्हणत होते.

**पहिला** : पण नवीन मंत्र कोणता ते सांगायचं राहिलंच की! कोणता नवीन मंत्र

गुरूजी?

**दुसरा** : 'तुम्ही मला स्थैर्य द्या, मी तुम्हाला समृद्धी देतो.' हाच तो मंत्र काय गुरुजी?

**गुरुजी** : अरे, ते दाखवायचे दात. खरे दात वेगळेच. हे दाखवायचे दात म्हणजे मुद्दाम तयार करून घेतलेली कवळी आहे कवळी!

**तिसरा** : मग खरा मंत्र?

**गुरुजी** : 'ह-वा-ला!' मुलांनो, हाच तो नवीन गोष्टीतला नवीन मंत्र. तो उच्चारल्याबरोबर अनेक चोरांच्या मिळून अनेक गुहा फटाफट उघडल्या अन् त्यातलं सोनंनाणं, दागदागिने, पैसे... एकदम सगळ्यांना दिसलं.

**चौथा** : बाप रे! मग या अलीबाबाची स्वत:ची गुहापण उघडली जायला पाहिजे. ती का नाही उघडली?

**गुरुजी** : तिथंच तर खरी गोम आहे. या अलीबाबाचा एक विश्वासू चाकर आहे. सीबीआय नावाचा. या चाकराने त्या मंत्राचा आवाज त्या गुहेपर्यंत जाऊच दिला नाही. मध्येच दडपून टाकला.

**पहिला** : चोरांच्या टोळीचा नायक म्हणजे असाच हुशार पाहिजे नाही गुरुजी?

**गुरुजी** : अरे, एवढ्यावर भागलं नाही. त्यानं टोळीबाहेरच्या काही सज्जनांकडे पाहूनसुद्धा हा मंत्र मुद्दाम म्हटला. त्यामुळे त्यांच्यापण गुहा आहेत की काय, असं लोकांना वाटू लागलं आहे. मोठी धमाल उडवून दिली पठ्ठ्यानं!

**दुसरा** : आता त्याचा परिणाम काय होईल?

**गुरुजी** : तोच प्रश्न आहे. काही जण टोळी सोडून गेले. त्यांनी दुसरी टोळी काढली. काहींची त्यानं हकालपट्टी केली. काही चोरांना त्यानं तात्पुरतं निलंबित करून टाकलं. स्वच्छ चारित्र्याच्या लोकांनाच यापुढे आमच्या टोळीत स्थान मिळेल, असं हा अलीबाबा जाहीर सभेतून सांगत फिरतो आहे सध्या. आता ही टोळी जाग्यावर राहील की नाही, हाच खरा प्रश्न आहे. बहुतेक लोक या टोळीचा बीमोडच करून टाकतील, अशी सध्या तरी चिन्हं दिसताहेत.

**तिसरा** : तसं झालं तर फार छान होईल, नाही सर?

**गुरुजी** : अर्थातच! बाहेर पडलेले चोरच ते काम बहुतेक करून टाकतील. मला खात्री आहे.

**पहिला** : आम्हाला नक्की केव्हा कळेल ते गुरुजी?

**गुरुजी** : तुमचा निकाल या महिनाअखेर लागेल. त्यांचा निकाल पुढच्या महिन्यात लागेल. तोपर्यंत मुलांनो, रामराम! आता आनंदानं घरी जा.

◆

**स्वच्छ चारित्र्याच्या चोरांनाच स्थान! । ८९**

# पण बाकीची मतं काँग्रेसलाच!

(एका काँग्रेस उमेदवाराची खासगी बैठक. उमेदवार आणि त्यांचे मूठभर कार्यकर्ते सचिंत मुद्रेने बसले आहेत. उमेदवाराच्या मुद्रेवर तर सुतकीच कळा आहे.)

**एक जण** : साहेब, इतकी काळजी करायचं कारण नाही. विलासराव पडले अन् छगनराव निवडून आले हा शुभशकून आहे, असं स्वत: शरद पवारच परवा म्हणाले.

**दुसरा** : काँग्रेसच्या महाराष्ट्रातली विजयाची ही नुसती सुरुवात आहे सुरुवात.

**तिसरा** : आता लोकसभेच्या निवडणुकीत आपले उमेदवार धडाधडा निवडून येतात की नाही पाहा.

**उमेदवार पुढारी** : ते सगळं खरं! पण सारखी पाल चुकचुकतेय रे माझ्या मनात. दिवा विझायच्या आधी मोठा होतो म्हणतात. तसं तर नाही होणार?

**चौथा** : छट्! पवारसाहेबांनी तर स्पष्टच सांगितलं परवा. पस्तीस जागा तर खात्रीच्या आहेत. दहा जागांवर जऽऽऽरा जोरदार झुंज होईल इतकंच.

**पहिला** : म्हणजे युतीला फारतर दोन-तीन जागा मिळतील. बस्स!

**पुढारी** : त्या दोन-तीनमध्ये आपला नंबर नाही ना लागणार?

**दुसरा** : अँहँ! भलतंच काय बोलताय! सगळे आपले लोक झपाट्यानं कामाला लागलेत.

**पुढारी** : कसले कामाला लागलेत? पैसे घेतल्याशिवाय एक जण हलायला तयार नाही. त्यांना रोज जेवाखायला पाहिजे. रात्रीची सोय व्हायला पाहिजे. हे सगळं कसं जमणार? या आचारसंहितेमुळे भलताच घोटाळा होऊन बसलाय! रोजच्या रोज खर्चाचा हिशेब सादर करा म्हणे. ते व्हिडिओ कॅमेरावाले तर हात धुवून पाठीमागे लागलेत.

**तिसरा** : त्यांना दाबून बडवायचं का साहेब? तुम्ही नुसतं हूं म्हणा. आता टांग

मोडतो त्याची. एक मोडू का दोन्ही? तुम्ही म्हणाल तसं.

**पुढारी** : (घाबरून) छे:! छे:! तसलं काही करायचं नाही. माझी उमेदवारीच रद्द होईल गाढवांनो.

**तिसरा** : राहिलं. मग त्याचा खिसा गरम करायचा का नोटांनी?

**पुढारी** : म्हणजे माझ्याविरुद्ध आयताच पुरावा मिळेल विरोधकांना. हे शेषनसाहेब आहेत तोपर्यंत या भानगडीत पडायचं नाही. आपला प्रचार जोरात चालू ठेवा. सध्या कशी काय परिस्थिती वाटते तुम्हाला? काँग्रेसबद्दल काय मत आहे लोकांचं?

**पहिला** : तेच आम्हाला कळत नाही! लोक काही बोलायलाच तयार नाहीत साहेब. परवा तुम्ही स्वत: बघितलं ना! आपण मतदारांना भेटायला म्हणून गेलो तर पळापळ झाली लोकांची. भूत बघितल्यावर पळावं तसं पळाले एकेक.

**दुसरा** : एक जण तर मला सरळ म्हणालाच –

**पुढारी** : काय म्हणाला?

**दुसरा** : म्हणाला, ते अटलबिहारी तर सांगताहेत, आमचं भाजपचंच सरकार सत्तेवर येणार. मग तुमचे साहेब निवडून येऊन उपयोग काय?

**तिसरा** : अन् दुसरा मला विचारतो कसा? 'नाहीतरी ते एकदा तरी बोलले का लोकसभेत? या पाच वर्षांत एकदा तरी?' मौनी खासदार आहेत म्हणाला तो तुम्हाला. खरंच साहेब, तुम्ही एकदासुद्धा बोलला नाही. निदान आरडाओरडा तरी करायचा! पेपरवेट फेकायचा, कागदं फाडायची. आम्ही म्युनिसिपालिटीत कधी बोलत नाही; पण हे उद्योग करतो. अगदी नेमानं.

**पुढारी** : (चिडून) लेकांनो, तुम्ही माझंच खा अन् मलाच शिव्या घाला! मागचं जाऊ द्या. सध्याच्या निवडणुकीचं बोला.

**चौथा** : (नाकाला बोट लावून) काल त्या वस्तीत जाऊन आलो साहेब. समद्या बाया आपल्या वळखीच्या आहेत. त्यांना सांगितलं मी. म्हटलं, ही आचारसंहिता संपू द्या. तुम्हाला समद्यांना मागनं मालामाल करून टाकतो. पण सध्या साहेबांना मत द्या. त्यांनी कबूल केलंय.

**पुढारी** : मग हरकत नाही. बरं, मुसलमानांच्या मताचं कसं काय? त्यांचा काही रुसवाफुगवा असला तर काढून टाका.

**पहिला** : आपल्याकडच्या मुसलमानांची काही काळजी नाही साहेब. शरदरावांनीच गॅरंटी दिलीये. ते म्हणाले, ते उत्तरेकडचे मुसलमान जरा रागावलेले आहेत, पण आपल्याकडे तसं काही नाही. सगळे काँग्रेसलाच मत देणार

म्हणाले.

**पुढारी** : आता जरा जिवात जीव आला; पण शरदराव सांगताहेत म्हटल्यावर थोडी धाकधूक वाटतेय. ते थापा मारण्यात फार पटाईत आहेत. परवा गाठ पडली मुंबईत, तर मलाही म्हणाले, 'तुम्ही उभा राहिलाय म्हटल्यावर आम्हाला काही काळजी नाही. तुमची शुअर शीट आहे. मला दौरा करायचंदेखील कारण नाही.'

**दुसरा** : नाही साहेब, आपले शंकरराव चव्हाणदेखील म्हणाले, 'मुसलमानांचे सगळे गैरसमज दूर केलेत. आता त्यांची मतं काँग्रेसला नक्की मिळणार.'

**तिसरा** : फक्त हिंदू मतांचाच प्रश्न आहे. ते कुणाच्या पारड्यात वजन टाकताहेत ते अजून कळत नाही.

**चौथा** : मी सांगतो – मध्यमवर्ग, व्यापारी, कारखानदार हे लोक फक्त शिवसेना, भाजपाला मतं देणार. बाकी मतं आपलीच!

**पुढारी** : मग हरकत नाही.

**पहिला** : अन् अयोध्येला राममंदिर बांधणार असं भाजपानं वचनच दिलंय ना! त्यामुळे फार तर बायका सगळ्या युतीला मतं देतात. बाकीची मतं काँग्रेसलाच की!

**दुसरा** : अन् मतदानाचा अधिकार मिळालेली तरुण पिढी? तीही पोरंपोरी युतीलाच मतं टाकणार. जाऊ द्या. तरणी माणसं गाढवच असतात, पण बाकीचे मतदार आपलेच.

**तिसरा** : अन् दलित समाज? त्यातले बरेच लोक तिसऱ्या आघाडीला मत देणार असं ऐकतो. काही लोक युतीलापण मतं देणार आहेत, पण बाकीचे लोक आपलेच.

**चौथा** : आदिवासी तर बोलूनचालून अडाणी माणसं! त्यांच्या मताचा विचारच करायला नको साहेब. नको तिथं मतं देऊन मोकळे होतील. त्यांची मतं गृहीत धरूच नका.

**पहिला** : पण बाकी सगळी मतं आपल्याला. अजिबात काळजी करू नका.

**पुढारी** : तुमची मतं ऐकून मला जरा धीर आला, पण आजच्या पेपरमधली बातमी वाचून मला सकाळी चक्कर आली. धड जेवणसुद्धा गेलं नाही.

**दुसरा** : कोणती बातमी साहेब?

**पुढारी** : तामिळनाडूत सालेम गावात नरसिंहराव अन् जयललिता यांची एकत्र सभा झाली. जयललिताबाईंचं भाषण लोकांनी नीट ऐकून घेतलं, जयजयकारही केला; पण नरसिंहराव बोलायला उभे राहिल्याबरोबर लोकांची पांगापांग झाली.

**पहिला** : मग यात विशेष काय? तुम्ही भाषणाला उभं राहिल्यावरसुद्धा (जीभ चावतो) – नाही म्हणजे, नरसिंहरावांच्या भाषणाचा महिमाच तसा आहे.

**दुसरा** : आपल्या जिल्ह्यात त्यांचा दौरा होणार नाही अशी व्यवस्था करा साहेब, नाहीतर आमची सगळी मेहनत फुकट जाईल.

**पुढारी** : आता त्याच तयारीला मला लागलं पाहिजे. लातूरला रावांचं भाषण झाल्यावर शिवराज पाटीलसुद्धा फार घाबरून गेले आहेत, असं माझ्या कानावर आलं आहे. असो, चला उठा. उद्याच्या प्रभातफेरीची तयारी करायची आहे ना? मग आज रात्री घसा ओला न करता लवकर झोपा.

◆

# चार-दोन सिंह आले, पण गड गेला!

(एका काँग्रेस कमिटीचे कार्यालय. एक पराभूत उमेदवार आणि त्यांचे दोन निष्ठावंत कार्यकर्ते गुडघ्यात माना घालून स्तब्ध बसले आहेत. जवळच सारवलेल्या जमिनीवर 'हात' हे चिन्ह ठेवले असून तेथे पणती ठेवली आहे. समाचारासाठी काही मंडळी आली आहेत. मधूनच कोणीतरी कार्यकर्ता एकदम गळा काढतो. दुसरा हुंदका देत देत त्याचे सांत्वन करतो.)

**एक जण** : हं हं, आता रडायचं नाही बाळोबा. आपण असा धीर सोडला, तर साहेबांनी काय करायचं? आँ? त्यांनी कुणाच्या तोंडाकडे बघून शोक आवरायचा?

**दुसरा** : (डोळे पुशीत) खरं आहे दिगूअण्णा. पटतं हो मला, पण बातमी ऐकल्यापासनं राहवत नाही. कितीही मन आवरलं तरी भडभडून येतंय सारखं.

**दिगू अण्णा** : साहेबांना हार घालून घ्यायची किती हौस! निवडून आल्यावर घालायला गुलाबाचे पन्नास हार मोजून तयार ठेवले होते मी. सगळे जागच्या जागीच वाळले. शेवटी सगळ्या गुलाबांचा गुलकंद करून टाकला.

**बाळोबा** : अन् फोटोचीपण किती आवड! रोज एखाद्या तरी पेपरात आपला फोटो छापून आलाच पाहिजे म्हणून हट्ट असायचा. सगळ्या फोटोच्या कॉप्या तशाच पाठविल्या घरी! आता त्यांचा काय उपयोग!

**दिगू अण्णा** : साहेब, काहीतरी बोला हो तुम्ही! निकाल लागल्यापासनं तुम्ही तोंडात गुळणी धरून बसलाय. काय तीन-चार वेळा जेवला असाल तेवढंच! आम्हाला अगदी बघवत नाही तुमच्या उदास तोंडाकडे.

**साहेब** : (दीर्घ निःश्वास सोडून) काय बोलायचं बाबांनो! होत्याचं नव्हतं झालं. 'मेरू पर्वतानं मुंग्या तर गिळल्या नाहीत ना?'

**दिगू अण्णा** : (हळूच) तुम्ही घोटाळा करताय नेहमीप्रमाणे साहेब. मुंग्यांनी मेरू

पर्वत तर गिळला नाही ना, असं वाक्य आहे ते कुठल्यातरी नाटकात.

**साहेब** : आलं लक्षात.

**बाळोबा** : ही मंडळी आली बघा समाचाराला. चार शब्द बोला त्यांच्याशी. तेवढंच दु:ख हलकं होतं.

**एक जण** : (साहेबांना उद्देशून जड अंत:करणाने) काल रात्री टी.व्ही. लावला तेव्हा कळलं. कल्पना नव्हती, असं एकदम होईल ते.

**दिगू अण्णा** : अहो, आम्हाला तरी कुठं कल्पना होती? अचानकच झालं सगळं.

**साहेब** : सात मेपर्यंत प्रकृती तशी चांगली होती पार्टीची. वाटलं, किरकोळ दुखणं आहे. जाईल निभावून.

**दिगू अण्णा** : गेल्या वर्षी युतीचं सरकार आलं ना महाराष्ट्रात, त्याचं वेळी पाल चुकचुकली माझ्या मनात. बोललो नाही आम्ही कोणाला; पण पार्टीचं दुखणं सीरिअस आहे, अशी अभद्र शंका आलीच; पण तरी इतकं विकोपाला जाईल असं वाटलं नव्हतं.

**बाळाबा** : विकोपाला म्हणजे किती? एका वर्षात कारभार आटोपला हो सगळा!

**दिगू अण्णा** : पहिला निकाल आला अन् घरघर लागलीच.

**दुसरा** : उपचारात तर तुम्ही काही कमी केलं नसणारच.

**साहेब** : (उदास स्वरात) सगळे उपाय झाले. नरसिंहबुवा नावाचा तेलगू म्हातारा वैद्य नामांकित म्हणून त्याचं औषध पाच वर्षं चालू होतं. तो रोज निरनिराळ्या मात्रांचं चाटण देत होता; पण गुण म्हणून नाही. मध्येच त्यानं 'हवाला' नावाचं औषध दिलं पेशंटला, तर सगळं उलटूनच पडलं. पहिल्यापेक्षा पार्टीला जास्त थकवा आला. मनमोहनसिंग नावाचा एक पंजाबी वैदू त्याच्या हाताखाली काम करीत होता. त्यानं तर सालम मिश्री, सफेद मिश्रीपासून परदेशी औषधंपण दिली. म्हटलं, आतातरी गुण येईल; पण काही नाही. पार्टीची तब्येत ढासळतच गेली.

**दिगू अण्णा** : अन् तो पवार नावाचा बारामतीचा डॉक्टर? तो तर सबंध महाराष्ट्रात वणवण करीत हिंडला; पण उपयोग शून्य. थापा मात्र सारखा मारीत होता. पेशंट खडखडीत बरा होणारच म्हणून सारखा सांगत होता.

**पहिला** : तो डॉक्टर मला माहीत आहे. तो स्वत:ची फी बरोबर वसूल करतो. पेशंटची त्याला विशेष काळजी नसते.

**दुसरा** : दुखण्यात पैसाही बराच गेला असेल.

चार-दोन सिंह आले, पण गड गेला! । ९५

**बाळोबा** : मागं तर पाण्यासारखा पैसा खर्च व्हायचा. या वेळीही केला असता; पण तो नतद्रष्ट म्हातारा आहे ना, शेषन नावाचा, तो पैसाही खर्च करू देईना. आतातरी गुपचूप केला म्हणा आम्ही.

**साहेब** : (हुंदके देत) पैशाचं काही नाही हो! पण एवढी मेहनत करूनही पेशंट दगावला याचं वाईट वाटतं. सबंध पार्टीच गचकली आमची. दिल्लीची सत्ता गेली. आता आम्ही पोरके झालो. आमच्या डोक्यावरचं छत्र गेलं.

**बाळोबा** : भ्रष्टाचार केला तरी संरक्षण होतं आम्हाला. आता आम्हाला कोणी वाली उरला नाही म्हणून साहेब रडताहेत.

**दिगू अण्णा** : अगदी खरं! मागं साहेबांची बायको गेली, तेव्हासुद्धा साहेबांना इतकं दुःख झालं नव्हतं. म्हणाले, अरे गेली तर गेली, दुसरी करेन. आपल्याकडे बायकांना काय तोटा! अहो, केलं सहा महिन्यांत दुसरं लग्न. शिवाय बाहेरच्या एक-दोन होत्याच. अशा दुःखालासुद्धा मन घट्ट करून तोंड दिलं त्यांनी; पण सबंध पार्टीच बोंबलली म्हणजे काय? कोणत्या तोंडानं धीर द्यायचा त्यांना? अन् कुणी द्यायचा?

**एक जण** : (सहानुभूतीच्या स्वरात) चालायचंच! ईश्वरी इच्छा म्हणायचं, दुसरं काय? ज्याच्या त्याच्या आयुष्याची दोरी ठरलेली असते. केव्हातरी तुटायचीच. आपल्या हातात काय आहे?

**दुसरा** : शेवटी सगळं नश्वरच आहे. मरण हे सगळ्यांना आहेच. मी तर म्हणतो, एकशे दहा वर्षांचा हा म्हातारा पेशंट जगून जगून आणखी किती जगणार? स्वातंत्र्य मिळवलं, पन्नास वर्षं राज्यकारभार केला;भरपूर कमाई केली. सोनं झालं पार्टीचं. आता दुःख करू नये माणसात.

**तिसरा** : शांतपणे मन आवरायचं अन् आपल्या नेहमीच्या उद्योगाला लागायचं. दुसरी कुठली पार्टी सत्तेवर येतेय ते पाहायचं अन् त्यात घुसून आपलं काम पुन्हा सुरू करायचं. हळूहळू दुःखाचा विसर पडेल साहेब. काळ हेच खरं औषध!

**साहेब** : तोच विचार करतो आहे मी.

◆

# (नवा) खेळ खेळू या सारे आपण!

(नवीन शालेय वर्षाचा पहिलाच दिवस. गुरुजी मोठ्या उत्साहाने वर्गात प्रवेश करतात. वर्गात दंगामस्ती, प्रचंड आरडाओरडा चालू आहे. वर्गप्रमुख हताश होऊन टेबलापाशी उभा आहे.)

**गुरुजी** : (चकित होऊन) अरे, काय गोंधळ चाललाय वर्गात? आज पहिलाच दिवस नवीन वर्षाचा.

**एकजण** : दंगामस्ती, गोंधळ नाही सर. आम्ही सगळे मिळून एक नवीन खेळ खेळत आहोत.

**गुरुजी** : नवीन खेळ? कसला खेळ?

**दुसरा** : आम्ही लोकसभा-लोकसभा खेळ खेळतो आहोत.

**गुरुजी** : लोकसभा-लोकसभा खेळ? म्हणजे काय?

**तिसरा** : वा गुरुजी! कमाल झाली तुमची! परवा दोन दिवस किती सुंदर खेळ चालला होता दूरदर्शनवर! नाही पाहिलात तुम्ही?

**पहिला** : पहिल्या दिवशी पहिली इनिंग झाली. दुसऱ्या दिवशी सेकंड इनिंग झाली. तुम्ही नाही पाहिलीत? आम्ही तर हा नवीन खेळ बघण्यात अगदी गुंगून गेलो होतो. इंग्लंडमध्ये चालू असलेली क्रिकेट मॅचसुद्धा आम्ही त्यामुळे पाहिली नाही. फार मजा आली.

**गुरुजी** : (डोक्यात प्रकाश पडून) हां हां, आता आलं लक्षात! परवा लोकसभेत विश्वास प्रस्तावावर जी मनोरंजक चर्चा झाली ती म्हणता होय तुम्ही? मग बरोबर आहे. मीसुद्धा पोटभर ऐकली ती चर्चा दोन दिवस. अरे, दुसऱ्या दिवशी आपले बहुसंख्य खासदार जेवायला म्हणून बाहेर पडले ना? चर्चा तशीच चालू असताना? पण मी अजिबात उठलो नाही. अटलबिहारी त्यागपत्र द्यायला निघून गेले तेव्हाच मी उठलो.

**दुसरा** : हा नवीन खेळ आवडला आम्हाला गुरुजी. त्याचीच आम्ही वर्गात प्रॅक्टिस करीत होतो आता.

**गुरुजी** : हा खेळ तुम्हाला इतका का आवडला मुलांनो? त्याची काही वैशिष्ट्यं मला सांगाल?

**तिसरा** : मुख्य म्हणजे खेळाडूंच्या संख्येवर बंधन नाही गुरुजी यात. चारपाचशे खेळाडूसुद्धा यात एकदम भाग घेऊ शकतात.

**पहिला** : सभापती नावाचा एकच प्रेक्षक असतो या खेळाला. खेळाडू जास्त अन् प्रेक्षक एक हे या खेळाचं वैशिष्ट्य आहे. तुमच्या नाही लक्षात आलं?

**गुरुजी** : आलं! आलं! अन् गंमत म्हणजे हा एकमेव प्रेक्षकच सगळ्या खेळाडूंना 'गप्प बसा, गप्प बसा, शांत राहा' म्हणून सारखं सांगत असतो. खेळाडूंनी खेळ खेळू नये म्हणून त्याची धडपड चालू असते. आहे खरा हा जगावेगळा मनोरंजक खेळ! आणखीन?

**दुसरा** : खूप मोठ्यांदा आरडाओरडा करता येणं ही यातल्या खेळाडूची कसोटी असते. आवाज चढवून तावातावानं भांडणं हे जमलं पाहिजे, तरच या खेळात भाग घेता येतो, असा बहुतेक नियम असावा या खेळाचा.

**तिसरा** : सर, हा बंड्या म्हणतो, या खेळाचे आणखी किती नियम आहेत?

**गुरुजी** : होय रे बंड्या, तुला काय माहीत या खेळाचे नियम? इतक्या लहानपणी हा खेळ खेळता येत नाही.

**बंड्या** : मी नाही सर, माझे वडील या खेळाची माहिती सांगत होते.

**गुरुजी** : बरोबर आहे. बंड्याचे वडील पूर्वी म्युनिसिपालटीत, विधान परिषदेत हा खेळ खेळलेले आहेत. लोकसभा म्हणजे कसोटी सामना. त्यांना यातले बारीकसारीक नियम पाठ असणारच. ते काय सांगत होते?

**बंड्या** : ते म्हणत होते विश्वासाचा ठराव असो, नाहीतर दुसरा कुठलाही असो, खेळाडूंना मुद्द्याला धरून भाषण करायची मनाई असते यात. मुद्दा सोडून शक्य तितकं असंबद्ध अन् कंटाळवाणं भाषण करता आलं पाहिजे. तो खरा कुशल खेळाडू!

**गुरुजी** : अगदी खरं आहे! बंड्याचे वडील तर स्वतःच या कलेत फार कुशल आहेत. मी त्यांची कितीतरी भाषणं ऐकलीत. ऐकलीत म्हणण्यापेक्षा ऐकण्याचा प्रयत्न केला आहे. कुठलाही विषय असो, ते एकच ठरावीक भाषण करतात. पृथ्वीची उत्पत्ती कशी झाली इथून ते भाषणाला सुरुवात करतात अन् अगदी शेवटच्या दोन मिनिटांत ते पिण्याच्या पाण्याची टंचाई या मुख्य विषयाकडे येतात.

**पहिला** : त्या दृष्टीने सर, कोणते खेळाडू तुम्हाला आदर्श वाटले?

**गुरुजी** : रामविलास पासवान नावाचे खेळाडू यात अत्यंत कुशल! सर्वांनी धडे घ्यावेत असे वक्ते. इतकं असंबद्ध, पाल्हाळीक आणि तरी मनोरंजक भाषण करणं ही अवघड कला आहे मुलांनो.

**दुसरा :** ममता बॅनर्जी या महिला खेळाडू आरडाओरडा करण्याच्या बाबतीत मला फार गुणी वाटतात. नुसता थयथयाट करतात बोलताना. त्या नृत्यकलेतपण प्रवीण आहेत काय गुरुजी?

**गुरुजी :** मला नक्की माहीत नाही, पण शक्य आहे. बंगाली लोक हाडाचे कलावंत असतात. लहानपणी कदाचित त्या नृत्य कला शिकल्याही असतील. त्याचा काय नेम! पण आता केलंच, तर त्या फक्त तांडवनृत्यच करतात, एवढं माझ्या लक्षात आलं आहे.

**बंड्या :** सध्या गुरुजी, माझे वडील उर्दू शेर म्हणून दाखवायला शिकताहेत. या खेळात ते एक लागतं असं ते म्हणाले.

**पहिला :** अरे, उर्दू शेर अन् हा खेळ याचा काय संबंध गुरुजी?

**गुरुजी :** विधानसभेत, लोकसभेत भाषण करताना मधून मधून उर्दू शेर म्हणून दाखवून आपली रसिकता जगजाहीर करायची चाल अलीकडे आहे खरी.

**दुसरा :** परवा आपले पवारकाकापण भाषण करताना उर्दू शेर वाचून दाखवीत होते. त्यांना त्याचा अर्थ तरी माहीत होता गुरुजी? आम्हाला तरी काही कळलं नाही.

**गुरुजी :** चांगला मार्मिक प्रश्न विचारलास. उर्दू शेर म्हणजे आपल्याकडच्या भटजींच्या मंत्रांसारखे असतात. भटजींनापण त्या संस्कृत मंत्रांचा अर्थ ठाऊक नसतो, पण ते धडाधडा म्हणायचे असतात. उर्दू शेराचंपण तसंच असतं बहुतेक. ते म्हणून दाखवायचे. फक्त 'वाहवा वाहवा...' म्हणणारी दहा-पाच माणसं जवळपास तयार ठेवायची म्हणजे झालं.

**पहिला :** हां, आता आलं ध्यानात.

**गुरुजी :** बंड्या, तुझे वडील उर्दू शेर कशासाठी शिकताहेत?

**बंड्या :** ते म्हणाले, "हे देवेगौडांचं सरकार कडबोळं सरकार आहे. एक चूल अन् पन्नास आचारी. स्वैपाकाचं नक्कीच वाटोळं होणार. त्यामुळे मला कॉंग्रेसचं तिकीट नक्की. निवडून आलो, तर शेर म्हणून दाखवायची तयारी असावी."

**दुसरा :** सर, हे देवेगौडा कोण? आम्हाला तर त्यांचं नावही फारसं माहीत नव्हतं. ते कसे काय एकदम पंतप्रधान झाले?

**गुरुजी :** ते कर्नाटकचे मुख्यमंत्री होते मुलांनो. असतं एखाद्याचं नशीब जोरावर. झाले पंतप्रधान. आपण इतके दिवस ते गाणं ऐकत होतो ना, 'मराठी पाऊल पडते पुढे.' आता ते बदललं पाहिजे. आता 'कानडी पाऊल पडते पुढे' असं म्हणायला शिकलं पाहिजे. पुरे मुलांनो. आज पहिलाच दिवस आहे. आज इतकंच पुरे!

◆

# पवारकाका, 'चल चल रे नवजवान!'

(काँग्रेस कमिटीचे एक कार्यालय. एक-दोन फुटकळ पुढारी आणि काही कार्यकर्ते एकत्र बसून गंभीर मुद्रेने विचारविनिमय करीत आहेत, पण कुणीच काही उत्साहाने बोलण्याच्या मन:स्थितीत अर्थातच नाही.)

**एक पुढारी** : मित्रहो, प्रसंग तर बाका आहे. 'काळ तर मोठा कठीण आला' नावाचं एक पुस्तक लहानपणी मी वाचलं होतं. त्या शब्दांची मला आज आठवण झाली.

**पहिला कार्यकर्ता** : काळ आलाच आहे मोठा कठीण साहेब. आपलं महाराष्ट्रातलं राज्य गेलं; सगळी सरकारी मंडळं गेली; कमिट्या गेल्या.

**दुसरा** : आता साखर कारखाने हातचे जाणार, अशी भीती वाटायला लागलीये. तो सहकार मंत्री मुंदडा सहकारी कायद्यात भलत्याच दुरुस्त्या करायला लागला आहे.

**तिसरा** : तेव्हापासनं अन्नच काय, पण साखरसुद्धा गोड लागत नाहीये आजकाल.

**चौथा** : अन् आता आपलं दिल्लीतलं सरकारही गेलं. काही काही राज्यांत तर पार धूळधाण झाली आपली. पानिपतच्या लढाईनंतर इतका बिकट प्रसंग आज पहिल्यांदाच आला आहे.

**पुढारी** : (ओरडून) शांत राहा! त्रस्त समंधानो, शांत राहा! अरे, विचारविनिमय करण्यासाठीच आपण आज जमलो आहोत ना इथं?

**पहिला** : नाहीतरी दुसरं आपल्या हातात काय उरलं आहे? आमची तरी कंबरच खचली आहे.

**दुसरा** : पुन्हा लोकसभेच्या निवडणुका जर झाल्या ना, तर आपण घराबाहेरसुद्धा पडणार नाही. आधीच सांगून ठेवतो.

**तिसरा** : काय ते अटलबिहारींचं समारोपाचं भाषण! आपण काँग्रेसचे कार्यकर्ते हे विसरलोच मी. मीसुद्धा मधून मधून टाळ्या वाजविल्या.

**चौथा** : खरं आहे! त्यांचं भाषण ऐकल्यावर क्षणभर असं वाटलं की, भाजपाचाच विजय झाला आहे. छे: छे:! असली भाषणं दूरदर्शनवर अजिबात दाखविता कामा नयेत! लोकांवर वाईट परिणाम होतो.

**पुढारी** : पण आपले शरद पवारसुद्धा लोकसभेत किती छान बोलले! हिंदीमध्ये बोलले, तरीसुद्धा थोडं थोडं समजत होतं आपल्याला, ते काय बोलताहेत ते! नरसिंहरावांची तर समाधीच लागली होती.

**पहिला** : अगदी खरं! अन् पुढारी असूनसुद्धा वक्तृत्वात विसंगती नव्हती. मराठीत शरदराव जितकं कंटाळवाणं बोलतात, तितकंच हिंदीतही बोलतात.

**दुसरा** : अन् त्यांनी उर्दू शेरसुद्धा एक-दोन ऐकविले ना आपल्याला? काय त्याचा अर्थ होता साहेब?

**पुढारी** : गाढव आहात तुम्ही! उर्दू शेराचा अर्थ कधी विचारायचा नसतो. फक्त त्यातली चौथी ओळ फार महत्त्वाची असते असं म्हणतात. ती ऐकल्याबरोबर लगेच 'वाहव्वा! वाहव्वा!' असं म्हणायचं असतं.

**तिसरा** : नाही म्हटलं तर दंड वगैरे होतो काय? आम्ही आपलं यापुढे म्हणत जाऊ. हो, उगीच दंडाची वगैरे भानगड नको. आधीच आपली मिळकत कमी झालीये.

**पुढारी** : ते जाऊ द्या. आज तुम्हाला सगळ्यांना मी बोलावलंय ते एक आनंदाची बातमी सांगण्यासाठी; अंधारातसुद्धा आशेचा किरण दिसायला लागलाय.

**चौथा** : काश्मीरमध्ये आपण चार लोकसभेच्या जागा जिंकल्या, हीच आनंदाची बातमी ना साहेब? आम्ही वाचलं पेपरमध्ये; पण आता त्याचा काय उपयोग? राज्य गेलं ते गेलंच.

**पुढारी** : ही बातमी नाही म्हणत मी.

**पहिला** : मग कोणती? सुशीलकुमार शिंदे यांनी प्रदेशाध्यक्षपद सोडलं काय?

**दुसरा** : का हवाला प्रकरणातून आपल्या पुढाऱ्यांची सुटका झाली?

**तिसरा** : छट्! मी सांगतो. छगन भुजबळ सध्या अपक्ष आमदारांना आपल्या कळपात परत आणायची धडपड गुपचूप करताहेत. काही अपक्ष मासे नक्कीच त्यांच्या गळाला लागले असणार. मी सांगतो.

**चौथा** : अहाहा! तसं झालं, तर किती छान होईल! युतीचं सरकार नक्की पडेल ना साहेब? वर भाजपाचं सरकार पडलं तसं?

**साहेब** : तसलं कुठलं व्हायला? युतीचं जवळजवळ बहुमत आहे. दहा-पाच आमदार इकडं तिकडं गेले तरी काही फरक नाही पडणार.

**पहिला** : मग आता आनंदाची बातमी कुठली शिल्लक राहिली?

**साहेब** : सांगतो. आपले नरसिंहरावसाहेब अन् पवारसाहेब यांचं कधीच फारसं

सख्य नव्हतं, तुम्हाला ठाऊकच आहे.

**दुसरा** : जगजाहीर गोष्ट आहे. पवारसाहेबांनाच पंतप्रधान व्हायचं होतं. आपल्या कलमाडींनी किती धडपड केली त्या वेळी! घोडेबाजार का काय म्हणतात तो भरवायचा प्रयत्न केला. पण फार घोडे हाताशी लागले नाहीत! तेलगू म्हाताऱ्यानं बाजी मारली.

**साहेब** : त्या दोघांत आता तह झाला आहे.

**तिसरा** : (आश्चर्यानं) काय म्हणता साहेब! फारच आनंदाची बातमी तुम्ही आणलीय दिल्लीहून.

**नेता आमुचा परवा दिल्लीला गेला**
**आनंदाची गोडी घेवोनी आला...**

अशी आरती म्हणावीशी वाटतेय.

**चौथा** : शनी-मंगळ का कोणते ते ग्रह? त्यांची युती झाल्यासारखी वाटली.

**साहेब** : (रागावून) अरे तुम्हाला काही डोकं आहे की नाही? शनी-मंगळ युती काय म्हणता? रवी-चंद्राची युती झाली म्हणा ना!

**चौथा** : (जीभ चावून) चुकलं! सवयीमुळे भलतेच शब्द तोंडातून निघाले. बरं, पुढे काय?

**साहेब** : पुढे काय? नरसिंहरावांनी पवारसाहेबांवर फार मोठी कामगिरी सोपवलीये. जिथं जिथं काँग्रेसची पडझड झाली, तिथं तिथं पवारसाहेबांनी जायचं अन् काँग्रेसचा जीर्णोद्धार करायचा. पहिल्यांदा पवारकाका उत्तर प्रदेशात घुसणार आहेत. तिथल्या काँग्रेसवाल्यांत ते एकजूट घडवून आणणार. मग बिहार, दिग्विजय –

**पहिला** : हे छान झालं! महाराष्ट्रातल्या काँग्रेसवाल्यांची एकजूट करायचं काम त्यांच्यावर सोपविलेलं नाही ना, मग उत्तम!

**दुसरा** : मला वाटतं, पवारसाहेबांनी पहिल्यांदा अयोध्येला जाऊन रामलल्लांचं दर्शन घ्यावं, म्हणजे त्यांना नक्की यश लाभेल.

**पुढारी** : तुमची सूचना कळवतो त्यांना. तूर्त आपण सिनेमातलं एक गाणं म्हणून त्यांना धीर देऊ या. ऐकलंय का तुम्ही ते जुनं गाणं? (म्हणतात) ‘चल चल रे नवजवान...’

**सर्व जण** : (कोरसमध्ये) दूर तेरा गाँव। और थके पाँव। फिर भी हरदम। आगे बढो कदम...

◆

# आत्मपरीक्षण शिबिरात काय घडले?

(गुरुजी अभ्यासाचे पुस्तक घेऊन वर्गात प्रवेश करतात. त्यांची मुद्रा आज फारच गंभीर आहे. काही मुले त्यांच्या स्वागतासाठी उठून उभी राहतात. त्याच वेळी उगीचच उभी असलेली मुले खाली बसतात.)

**गुरुजी** : बसा बसा मुलांनो! आजपासून आपण पुन्हा आपला अभ्यास सुरू करायचा आहे. पण तत्पूर्वी –

**पहिला** : एक गोष्ट सांगणार काय? मस्त हिंदी सिनेमाची एखादी स्टोरी सांगा गुरुजी.

**दुसरा** : हां, लव्ह-स्टोरी... मग अभ्यास पुढच्या तासाला घेतला तरी चालेल.

**तिसरा** : नाहीतरी सर अभ्यास लवकर कुठं घेतात? नुसत्या इकडच्या तिकडच्या गप्पा!

**गुरुजी** : (ओरडून) चूप बसा बाळांनो! मी तसली गोष्टबिष्ट काही आज सांगणार नाही. समजलं? पण एक कानगोष्ट मात्र तुमच्या लांब कानावर घालणार आहे.

**चौथा** : 'कानगोष्ट' म्हणजे काय गुरुजी? इतक्या लवकर शंका विचारणं चांगलं दिसत नाही, पण राहवत नाही म्हणून विचारतो.

**गुरुजी** : आधी बडबड बंद करा. 'कानगोष्ट' म्हणजे... म्हणजे मित्रत्वानं दिलेली माहिती किंवा सल्ला.

**पहिला** : आमचे आई-वडील रोजच्या रोज त्याचे डोस देतच असतात. आता तुम्हीपण तेच करणार?

**दुसरा** : कहर झाला बुवा! शाळेत यायची सोय उरली नाही.

**गुरुजी** : गधड्यांनो, आता गप्प बसता की नाही? मी काय सांगतो ते नीट ऐकून घ्या आधी. तुमच्या वर्गातली बरीचशी मुलं खरं म्हणजे नापासच होती. आम्ही शिक्षकांनी बाहेरून तुम्हाला पाठिंबा दिला म्हणून केवळ तुम्ही या

वरच्या वर्गात आला आहात. निदान यंदा शहाणे व्हा. भांडाभांडी, वादावादी, एकमेकांचे पाय ओढणं हे बंद करा; जरा आत्मपरीक्षण करा.

**तिसरा** : 'आत्मपरीक्षण?' म्हणजे काय सर?

**गुरुजी** : आत्मपरीक्षण शब्द माहीत नाही? धन्य आहे तुमची! अरे कशाला रे वर्तमानपत्र वाचता रोज? आं? परवा पुण्यात महाराष्ट्रातल्या काँग्रेस पक्षाचं एवढं मोठं 'आत्मपरीक्षण शिबिर' भरलं होतं. त्याची बातमी तुम्ही नाही वाचलीत? हात् तुमची!

**पहिला** : माझे वडील म्हणतात, पेपरमधल्या चांगल्या, निवडक बातम्या फक्त वाचाव्यात माणसानं. फालतू काहीतरी वाचू नये. म्हणून आम्ही तेवढंच वाचतो. सर, पहिल्या कसोटी सामन्यात आपला साफ बोऱ्या वाजला. साडेतीन दिवसांत! आम्हाला फार रडू आलं गुरुजी ते वाचून. मग फक्त सिनेमाचं परीक्षण वाचलं. बाकी काही वाचलंच नाही.

**दुसरा** : हो सर! हे कसलं आत्मपरीक्षण शिबिर झालं पुण्यात? 'आत्म' म्हटल्यावर काहीतरी धार्मिक कार्यक्रम असणार. होय ना?

**गुरुजी** : बंड्या, निदान तुला तरी या शिबिराची माहिती असेल. तुझे वडील काँग्रेसचे पुढारी आहेत. तू का आज गप्प?

**बंड्या** : मी आत्मपरीक्षण करीत होतो इतका वेळ.

**गुरुजी** : शाब्बास! आता तूच या शिबिराची माहिती सांग.

**बंड्या** : माझे वडील शिबिराला गेले होते गुरुजी. तिथं काय काय घडलं ते सगळं त्यांनी आम्हाला घरी आल्यावर सांगितलं. त्यांनी मला अन् आईलापण आत्मपरीक्षण करायला सांगितलं आहे.

**गुरुजी** : मुलांनो, मी जरा खुलासा करतो. काँग्रेस पक्षाचं महाराष्ट्रातलं राज्य गेलं. त्यानंतर लोकसभेच्या निवडणुकीत तर काँग्रेस पक्ष पार आडवा झाला. दिल्लीतली सत्ताही गेली. हे असं का घडलं, याचा विचार करण्यासाठी काँग्रेसमधील थोर थोर मंडळी या शिबिरात जमली होती. बंड्या, तुझे वडील काय सांगत होते?

**बंड्या** : खूप मजामजा झाली म्हणाले. सगळ्यांनी काँग्रेस पुढाऱ्यांवर तुफान टीका केली. शिबिराला मुद्दामच काही विषयपत्रिका ठेवली नव्हती म्हणाले. म्हणजे काय गुरुजी?

**गुरुजी** : होय, ते खरं आहे. विषयपत्रिका म्हणजे... कुठल्या कुठल्या विषयावर चर्चा करायची ते ठराव नव्हते. निबंध का प्रबंध नव्हते. त्यामुळे कोणीही, कुठल्याही, कसल्याही विषयावर, पण फार सुंदर बोलले. आपले विठ्ठलराव गाडगीळ आहेत ना, त्यांनीच या शिबिराचं वैशिष्ट्य सांगितलं.

**पहिला** : पण सर, काँग्रेसचा पराभव झाला हे सर्वांनी मान्य केलं. माझे मामा म्हणत होते, काँग्रेसचा कधीच पराभव होत नसतो. निदान नैतिक विजय तरी त्यांचा होतोच. 'हा धर्मनिरपेक्षतेचा विजय आहे.' असं नाही का सगळे लोकसभेत परवा म्हणाले?

**दुसरा** : पण सर, विठ्ठलराव गाडगीळ का नाही या शिबिराला गेले?

**तिसरा** : अरे, त्यांनी शिबिराची फी भरली नसेल.

**बंड्या** : ए, गप रे! माझे वडील म्हणाले, गाडगीळकाका शिबिराला आले असते, तर फार भांडाभांडी झाली असती. सगळ्या वक्त्यांनी त्यांना भरपूर शिव्या दिल्या असत्या. मग गाडगीळकाकांनीपण त्याची सव्याज परतफेड केली असती. ते आले नाहीत म्हणून काँग्रेसच्या पराभवाचं पोस्टमार्टेम यशस्वी रीतीनं पार पडलं.

**तिसरा** : पण बाकीचे वक्ते तिथं काय बोलले गुरुजी? त्यांनी काय आत्मपरीक्षण केलं?

**चौथा** : थोडक्यात सांगा सर. तास संपत आला आहे.

**गुरुजी** : थोडक्यात सारांश सांगावयाचा म्हणजे अवघड आहे, पण प्रयत्न करतो. थोडक्यात म्हणजे आपले पुढारी निष्क्रीय आहेत. सत्तेसाठी खुशाल विरोधकांशी हातमिळवणी करतात.

**पहिला** : या वेळी सर्व जण शरद पवारांकडे पाहत असतील. होय ना गुरुजी? आणखीन?

**गुरुजी** : काँग्रेसमध्ये घराणेशाही आहे. एकाच घरातल्या मंडळींना आमदारकी, खासदारकी, जिल्हा परिषदेचं अध्यक्षपद, जिल्हा बँकेची चेअरमनशिप ही पदं मिळतात. त्यावर काही जणांनी टीका केली.

**दुसरा** : या वेळी कार्यकर्ते अजित पवार यांच्याकडे पाहत होते काय?

**गुरुजी** : ते काही कळलं नाही, पण 'एक घर, एक पद पाहिजे' अशी तरुण मंडळींनी मागणी केली. म्हणजे कळलं ना? एक कुटुंब असेल, तर एकालाच अधिकारपद द्या.

**पहिला** : माझे मामा म्हणत होते, काँग्रेसच्या काही पुढाऱ्यांची एकापेक्षा अधिक कुटुंबं आहेत. तिथं काय करायचं?

**बंड्या** : (उसळून) सर, याचे मामा भाजपाचे कार्यकर्ते आहेत. ते नेहमीच असं वाईटसाईट बोलतात.

**गुरुजी** : बंड्या, तुझ्या वडिलांबद्दलदेखील गावात असाच बोभाटा आहे. जाऊ दे. तू नको लक्ष देऊस. तर आणखीन थोडक्यात म्हणजे तरुण मंडळींशी काँग्रेसच्या कार्यकर्त्यांचा संबंध राहिला नाही, हेही पराभवाचं एक महत्त्वाचं

कारण आहे असं काही वक्ते बोलले.

**दुसरा :** सर, माझे काका वर्तमानपत्रात काम करतात. ते म्हणाले, हा आरोप खोटा आहे. अनेक काँग्रेसवाल्यांचे महिला वर्गातील तरुण पिढीशी अगदी जवळचे संबंध आहेत. काँग्रेसच्या काही कार्यकर्त्यांनी तर जळगावला, परभणीला तरुण पिढीतल्या अनेक महिलांशी फार निकटचे संबंध ठेवले होते. त्याची खूप माहिती आली होती म्हणे मागं वर्तमानपत्रात.

**गुरुजी :** हो, आली होती खरी! बरं, ते असो. तर मुलांनो, या आत्मपरीक्षण शिबिरापासून तुम्हीपण स्फूर्ती घ्या एवढंच मला सांगायचं होतं. मग पुढचे गुरुजी येईपर्यंत आत्मपरीक्षण करीत बसा. मला आत्ता निसर्गाचं बोलावणं आलं आहे. म्हणून मी जरा लवकर जातो.

◆

# काळरात्र होता होता उषःकाल झाला!...

(एका काँग्रेस कमिटीचे कार्यालय. एक पुढारी आणि काही निष्क्रीय कार्यकर्ते नेहमीप्रमाणे देशाची चिंता करीत बसले आहेत. मधून मधून सिगारेटचा धूर निघत आहे.)

**पुढारी** : तर सांगायचा मुख्य मुद्दा म्हणजे आता काळजी करायचं कारण नाही. आपले वाईट दिवस संपले. रात्रीचा अंधार जाऊन पुन्हा उषःकाल व्हायची वेळ जवळ आली.

**पहिला** : म्हणजे नेमकं काय झालं साहेब?

**दुसरा** : ती कुठलीतरी कविता आहे ना रे? 'उषःकाल होता होता काळरात्र झाली...' तसलं काहीतरी झालं ना?

**पुढारी** : गाढव आहेस शुद्ध! नेमकं उलटं कसं बोलता रे तुम्ही लोक? 'काळरात्र होता होता उषःकाल झाला' असं म्हणायचंय मला.

**दुसरा** : आम्ही लहानपणापासनं काँग्रेसवाले. कवितेतलं आम्हाला काय कळणार? आमचा पोरगा असलं काहीतरी म्हणत असतो म्हणून आठवलं. बरं, पण झालं काय? एकदम उषःकाल कसा काय झाला?

**तिसरा** : कोंबडं वरडल्यावर काय करणार? तांबडं फुटनारच की!

**चौथा** : आपल्याला तर काय समजंना. काय झालं काय साहेब?

**पुढारी** : म्हणजे आपल्या काँग्रेसला पुन्हा चांगले दिवस येणार.

**पहिला** : नरसिंहरावांनी काँग्रेसच्या अध्यक्षपदाचा दिला का राजीनामा? तरी मला वाटलंच! पण पेपरमध्ये तर तशी काही बातमी दिसली नाही साहेब. सध्या मी रोज पेपर अगदी डिटेलमधी वाचतो.

**दुसरा** : आम्हीपण वाचतो ना! नाहीतरी सध्या दुसरा काय उद्योग आहे? पण पेपरात तर तसली काही बातमी नाही.

**तिसरा** : पेपरमधी बातमी नसली म्हणून काय झालं? साहेबांना आतल्या लंगोटातल्या

गुप्त बातम्या बराबर कळतात.

**चौथा** : लंगोटातल्या न्हवं शाहण्या, गोटातल्या म्हण! आयला, हा काय वाट्टेल ते दनादन बोलतो साहेब. परवा भर सभेत हा त्या बाईबद्दल बोलला. म्हणाला, तिनं काय काय भानगडी केल्यात ते सगळं आम्हाला विश्वसनीय लंगोटातून कळलेलं आहे.

**पुढारी** : लागला का तुम्ही नेहमीप्रमाणे लठ्ठालठ्ठी करायला? अरे, मी काय सांगतोय तिकडं जरा लक्ष द्या. आपल्या काँग्रेसला पुन्हा चांगले दिवस येणार. कारण –

**तिसरा** : सोनिया गांधी राजकारणात उतरणार – आसंच ना? तरी मला वाटलंच!

**दुसरा** : तसं झालं तर झकासच होईल! नाही का साहेब? बाईमाणूस घरात आसलं की घराला शिस्त लागती. सगळं जिथल्या तिथं जागच्या जागी राहतं; पण पेपरमधी तर काही बातमी नाही.

**पुढारी** : (ओरडून) आता गप्प बसता का कसं? तसलं काही नाही. पेपरमधली बातमी आहे, आपली काँग्रेस आणि बहुजन समाज पार्टी यांची युती झाली. आता उत्तर प्रदेशात दोन्ही पक्ष एकजुटीने विधानसभेची निवडणूक लढविणार.

**तिसरा** : म्हणजे काशीराम म्हणत्यात त्याची पार्टी ना? त्याची आन् आपली कशी काय युती झाली? त्यानं मागं महात्मा गांधींना लै शिव्या घातल्या होत्या म्हणत्यात.

**चौथा** : कांशीराव आन् ती कोण मथुराबाई? मथुराबाई न्हवं, मायावतीबाई. तिनं बी बापूजींना शिव्या दिल्या होत्या ना? मग कशी काय एकी झाली?

**पुढारी** : अरे, काँग्रेसला सध्या उत्तर प्रदेशात कुणी हिंग लावून विचारत नाही. दहा-पाच आमदार निवडून येस्तवर मारामार. सध्या जिकडंतिकडं 'जय श्रीराम'चा दणका आहे.

**पहिला** : आता आलं लक्षात. रामाशी आपण लढाई करू शकत नाही, असं नरसिंहरावच म्हणाले नाहीत का? म्हणून कांशीरामला धरलं हाताशी. हुशार आहे म्हातारा!

**पुढारी** : पण या सगळ्या वाटाघाटी केल्या शरद पवार अन् सीताराम केसरींनी. चारशे पंचवीस जागांपैकी सव्वाशे जागा आपल्याला आन् बाकीच्या बहुजन समाज पक्षाला. निदान आपले पन्नासपाऊणशे निवडून आले तरी डोक्यावरनं पाणी गेलं. ही संख्या तरी काय कमी झाली? अन् दोघांना मिळून बहुमत मिळालं तर मग काय, चैनच की! आपण पुन्हा सत्तेवर येणार! डिंग डाँग!

(सर्व जण टाळ्या वाजवितात.)

**चौथा** : हे झकास झालं! आपण सगळ्यांनी नाच करून हा आनंद साजरा करायचा हा साहेब. मागं राजीव-लोंगोवाल करार झाल्यावर आपले सुशीलकुमार शिंदेपण नाचले होते. मंत्री असताना हां.

**पुढारी** : आधी बहुमत मिळू द्या, मग डान्सचा प्रोग्रॅम ठरवू. पण –

**चौथा** : आता पण कशाला? आम्हाला समद्यांना नाचता येतंय साहेब. गणपतीच्या मिरवणुकीत आम्ही नेहमी नाचतो ना. एक आख्खी बाटली मारली की जमतं समदं.

**पुढारी** : ते नाही म्हणत मी. यात एक गोष्ट वाईट झाली. बहुमत मिळालं, तर मायावतीच पुन्हा मुख्यमंत्री होतील हे कांशीरामनी काँग्रेसकडनं कबूल करून घेतलं.

**पहिला** : हात्तिच्या! अहो, आत्ता 'हो'ला 'हो' करायचं. मागनं बगू की, तशी वेळ आली तर सरळ काखा वर करायच्या. देतो कोन आन् घेतो कोण! आपल्याला हे काय नवीन है?

**दुसरा** : अन् आपले शरद पवारच मध्यस्थ आहेत ना? मग काळजी करायचं कारणच नाही.

**पुढारी** : म्हणजे?

**दुसरा** : बहुमत मिळालं ना, तर पवारकाका काय गप्प बसतील? ते नक्की बहुजन समाज पार्टीत फाटाफूट घडवून आणतील. या कामात आगदी एक्स्पर्ट आहेत ते.

**चौथा** : (हळूच) साहेब, मला एक शंका येतीय. या संधीचा फायदा घेऊन पवारसाहेब स्वत:च तर उत्तर प्रदेशचे मुख्यमंत्री होणार नाहीत ना? नाही, त्यांना तशी सवय आहे म्हणून विचारतो.

**पुढारी** : छट्! तसलं काही होणार नाही. तो त्यांचा सगळा चमत्कार महाराष्ट्रात; गंगाकाठी नाही. पण हे येडताक जर जमलं, तर मध्यप्रदेश, पंजाब या राज्यांतपण ही युती एकदम सक्रिय होणार आहे म्हणतात.

**दुसरा** : हरकत नाही. पण ही बसपा पार्टी आपल्या काँग्रेसप्रमाणे सेक्युलर आहे ना? तसं असलं म्हणजे बरं!

**पुढारी** : ती मागास जातीची पार्टी आहे. शिवाय भाजपाचं आन् त्यांचं जमत नाही. तेव्हा ती सेक्युलर आहे यात शंका कसली? एक गोष्ट लक्षात ठेवा, हिंदू, हिंदू संघटन, राममंदिराची उभारणी, ३७०वं कलम रद्द, समान नागरी कायदा हे शब्द जो पक्ष उच्चारतो तो जातीयवादी. बाकी सगळे धर्मनिरपेक्ष.

**तिसरा** : केरळमधला मुस्लिम लीग हा पक्षदेखील सेक्युलर आहे म्हणतात. मागे पंडित नेहरूंनीच त्यांना तसं सर्टिफिकट दिलं होतं म्हणतात.

**पुढारी** : मुस्लिम लीगचा या सर्व गोष्टींना विरोध आहेच. 'वंदे मातरम्' गाणंसुद्धा त्यांना पसंत नाही. तेव्हा तो पक्षसुद्धा सेक्युलर आहेच. अशा सेक्युलर पार्टीशी आपली युती झाली, ही फार आनंदाची गोष्ट आहे. आता महाराष्ट्रातसुद्धा ही युती होण्याची शक्यता आहे असं म्हणतात. 'काळरात्र होता होता उष:काल झाला' असं मी मघाशी जे म्हणालो ते काय उगीच? तेव्हा हा आनंद आपण आज रात्री साजरा करू या. सोड्याचं एक क्रेटच आणून टाका.

◆

# विदूषकांचा अपमान कशासाठी?

(गुरुजी वर्गात मुलांना 'गडद निळे गडद निळे जलद भरूनी आले' ही कविता शिकवीत आहेत. काही मुलांनी आज निळ्या टोप्या घातल्या आहेत, ते मध्येच त्यांच्या लक्षात येते.)

**गुरुजी** : तर मुलांनो, पावसाळ्याचं हे सुंदर वर्णन कवी बोरकरांनी केलं आहे. पावसाळी ढगांना 'कृष्णमेघ' म्हणतात, पण निळा रंग गडद झाला की, तो काळाच दिसतो. म्हणून 'गडद निळे गडद निळे...' असं कवी म्हणतो. (मध्येच थांबून मुलांकडे पाहत) हे काय? तुमच्या डोक्यावर निळ्या टोप्या? रिपब्लिकन पार्टीच्या सभेला जाऊन आलात की काय? का मलाच त्या निळ्या दिसताहेत?

**पहिला** : आम्ही किनई गुरुजी, आज मुद्दाम निळी टोपी घालून यायचं ठरवलं.

**गुरुजी** : का बरं?

**पहिला** : ही कविता तुम्ही शिकविणार आहात असं मागच्या तासालाच तुम्ही सांगितलं होतं ना, म्हणून आम्ही वातावरणनिर्मितीसाठी मुद्दाम निळ्या टोप्या घातल्या.

**गुरुजी** : वातावरणनिर्मितीसाठी?

**दुसरा** : होय सर. मागं पाचवीत असताना चिमुकल्या मावळ्या वीराची एक कविता आम्हाला होती. कोणती रे?

**तिसरा** : मी सांगतो. हातात छोटी तलवार घेऊन तो लहान मावळा मुलगा एका घोडेस्वाराला अडवितो. तीच ना? 'खबरदार जर टांच मारुनी जाल पुढे, चिंधड्या उडवीन राई राई एवढ्या....'

**दुसरा** : हां, तीच! त्या वेळी आम्ही दहा-बाराज णांनी मुद्दाम लाकडी तलवारी आणल्या होत्या वर्गात.

**गुरुजी** : वातावरणनिर्मितीसाठी? शाबास! मग पुढे काय झालं?

**दुसरा** : पुढे काय? हाय रे दुर्दैवा! हेड मास्तरांनी त्या सगळ्या जप्त करून आपल्या घरी नेल्या.

**तिसरा** : नेईनात का, हेडमास्तर आहेत; पण माझी आई सांगत होती, त्यांच्या बायकोने जळण म्हणून त्या सगळ्या चुलीत घातल्या. हा काय न्याय झाला गुरुजी?

**गुरुजी** : गाढव आहात तुम्ही सगळे! वातावरणनिर्मितीसाठी असले चाळे करायची काही गरज नाही. उद्या तुम्ही आणखी काही कराल! पुढच्याच सहामाहीत मी तुम्हाला केशवसुतांची कविता शिकविणार आहे. कोणती माहीत आहे? 'काठोकाठ भरू द्या प्याला, फेस भराभर उसळू द्या'. त्या वेळी काय दारूच्या बाटल्या घेऊन तुम्ही वर्गात येणार काय?

**पहिला** : बरी आठवण झाली. माझे काका म्हणत होते की केशवसुतांना बहुतेक दारू आणि बीअर यांतला फरक माहीत नसावा.

**गुरुजी** : काय फरक आहे? मलाही कळलं तर बरं होईल.

**पहिला** : काका म्हणाले, कवीनं लिहिलंय, मद्याचा प्याला प्याल्यावर काय वाटतं ते. पण फेस भराभर उसळू द्या असं लिहिणं चुकीचं आहे. फेस बीअरला येतो. दारूला फेस नसतो.

**गुरुजी** : अरे वा! तुझ्या काकांना यातली बरीच माहिती दिसते. मलाही हा फरक माहीत नव्हता. एकदा केव्हातरी त्यांची माझ्याशी ओळख करून दे.

**पहिला** : नक्की देईन सर. ते म्हणतातच, कंपनी पाहिजे. कंपनीशिवाय मजा नाही. (एवढ्यात निळी चड्डी आणि निळा शर्ट, निळी टोपी घालून बंड्या वर्गात प्रवेश करतो. काही न बोलता आपल्या जागेवर जाऊन बसतो.)

**गुरुजी** : आता मात्र कमाल झाली. बंड्या, उठून उभा राहा. आज हा निळा ड्रेस कशासाठी घालून आलास?

**चौथा** : सर, माझे मामा म्हणतच होते, बंड्या म्हणजे बापाची अगदी ब्ल्यू प्रिंट आहे म्हणून!

**गुरुजी** : तू गप रे! बंड्या, शाळेचा गणवेष कोणता आहे?

**दुसरा** : मी सांगतो सर. खाकी शर्ट अन् पांढरी पँट... (जीभ चावून) नाही, खाकी पँट आणि पांढरा शर्ट.

**गुरुजी** : सगळ्या मुलांनी तोच गणवेश घातला आहे ना? मग?

**तिसरा** : पण गुरुजी, या मोऱ्याचा शर्ट आता पांढरा वाटत नाही. टेक्निकलर झाला आहे.

**गुरुजी** : असू दे; पण मूळचा शर्ट पांढऱ्या रंगाचा आहे ही गोष्ट नाकारता येणार नाही. पण बंड्या, हा ड्रेस कसला? का त्या निळ्या कोल्ह्याप्रमाणे

एखाद्या निळ्या रंगाच्या पिंपात पडला होतास?

**दुसरा** : बंड्या मागासवर्गीयांपैकी आहे काय गुरुजी? मागासवर्गीय मुलांना सरकारनं निळा गणवेश दिला होता म्हणतात.

**गुरुजी** : अरे, शिक्षण खात्यातल्या काही अधिकाऱ्यांनी हा उद्योग केला होता खरा, पण युतीच्या सरकारनं तो आदेश ताबडतोब रद्द केला आहे. बंड्या, तू अजून काही बोलला नाहीस?

**बंड्या** : माझे वडील काँग्रेसचे पुढारी आहेत. ते म्हणाले, युतीच्या सरकारचा निषेध करायची एकही संधी आपण सोडायची नाही. आमचे मंगळवेढ्याचे आमदार लक्ष्मण ढोबळे फार हुशार माणूस! परवा विधानसभेतच ते निळा ड्रेस घालून गेले. अध्यक्षांनी सांगूनसुद्धा ते सभागृहाच्या बाहेर जाईनात.

**गुरुजी** : बरं मग?

**बंड्या** : वडील म्हणाले, "बंड्या, तूपण आज शाळेत निळा ड्रेस घालून जा. वर्गाबाहेर जा म्हणाले मास्तर, तरी जाऊ नकोस. खळबळ उडाली पाहिजे सगळीकडे."

**पहिला** : 'हे विदूषकी चाळे कशासाठी करता?' असं मुख्यमंत्री त्यांना म्हणाले म्हणे. अशानं सभागृहाचं कामकाज कसं चालणार?

**चौथा** : सगळं पेपरमध्ये आलंय. माझे मामाच सांगत होते.

**गुरुजी** : माझंही तेच म्हणणं आहे. शाळेला काही प्रतिष्ठा आहे की नाही बंड्या? अशानं वर्गात अभ्यास कसा होणार?

**चौथा** : 'विदूषकी चाळे' असं मुख्यमंत्री म्हटल्यावर काँग्रेसचे काही आमदार चिडले म्हणे. मुख्यमंत्र्यांचा त्यांनी निषेध केला. 'या विदूषकी सरकारचा धिक्कार असो' अशा घोषणापण त्यांनी दिल्या. सगळा गोंधळ झाला. माझे मामा पत्रकार आहेत ना, तेच सांगत होते.

**तिसरा** : माझे वडील म्हणत होते, हा विदूषक जातीचा अपमान आहे. विदूषक लोक मुद्दाम गमतीजमती करतात. लोकांना खूप हसवून त्यांची करमणूक करणे एवढाच त्यांचा शुद्ध हेतू असतो. राजकारणातल्या लोकांचा हेतू काय शुद्ध असतो?

**गुरुजी** : खरं आहे. मुख्यमंत्र्यांनी विदूषकांचा असा अपमान करायला नको होता. विदूषक सगळ्यांना हसवितो. काँग्रेसच्या लोकांनी लोकांना रडविण्यापलीकडे काय केलंय? जाऊ द्या. ढोबळ्यांनी असली ढोबळ चूक करायला नको होती. नाव लक्ष्मण असलं, तरी त्यांच्या वागण्यात काही 'राम' नव्हता.

**तिसरा** : बरी आठवण झाली. माझे वडील म्हणाले, मागं यशवंतराव चव्हाण यांनीपण हीच चूक केली. आणीबाणीनंतर निवडणुका झाल्या ना, त्या

वेळी आपल्या पु. ल. देशपांडे यांनी त्यांच्यावर टीका केली. त्यावर यशवंतराव रागावले. म्हणाले, विदूषकाकडून राजकारण शिकायची माझी इच्छा नाही.

**गुरुजी** : पु. ल. देशपांडे यांना विदूषक म्हटलं यशवंतरावांनी? म्हणजे पाहा, विदूषक म्हणजे किती श्रेष्ठ कलावंत असतो ते! पटलं की नाही?

**पहिला** : एकदम पटलं सर! काका आमचे म्हणालेच, मुख्यमंत्र्यांनी तरी विदूषक जातीचा असा अपमान करायला नको होता. फार तर काँग्रेसी आचरटपणा म्हणायचं अन् सोडून द्यायचं.

**गुरुजी** : असो! पुरे हा विषय. बंड्या, तू आधी घरी जा अन् ड्रेस बदलून लवकर परत ये. तोपर्यंत मी तुम्हाला इसापनीतीतल्या निळ्या कोल्ह्याची गोष्ट सांगतो.

◆

# मेरा भारत 'लहान' झालाच पाहिजे!

(वर्गाकडे येत असतानाच गुरुजींना वर्गावर्गातून जयजयकार, झिंदाबादच्या घोषणा, टाळ्यांचा गजर ऐकू येतो. ते वर्गात शिरल्याबरोबर कुणीतरी त्यांच्या हातावर पेढा ठेवतो. एक उत्साही चिरंजीव त्यांच्या तोंडातच पेढा कोंबतात.)

**गुरुजी** : (तोंड हलवीत) अरे! अरे! हा काय प्रकार चालवलाय तुम्ही आज? हे पेढे कशाबद्दल?

**पहिला** : म्हणजे काय गुरुजी? तुम्हाला काहीच ठाऊक नाही? अहो, 'आनंदाचे डोही आनंदतरंग' का काय म्हणतात ते? एवढी आनंदाची बातमी!

**गुरुजी** : कसला डोह अन् कसला आनंदतरंग?

**दुसरा** : तुम्हीच ओळखा पाहू! कोणती आनंदाची बातमी असेल?

**गुरुजी** : अरे हा काय भोंडल्याचा खेळ आहे, खाऊ ओळखायचा तशी बातमी ओळखायचा?

**तिसरा** : तरीपण ओळखाच. अगदी आनंदाची बातमी आहे.

**गुरुजी** : अं... तुमची वार्षिक परीक्षेची पद्धती सरकारनं रद्द केली?

**पहिला** : हॅट! एवढं कुठलं नशीब आमचं!

**गुरुजी** : मग... वार्षिक परीक्षेत कॉपी करायला परवानगी मिळाली?

**दुसरा** : तसं असतं तर मग काय पाहिजे होतं? आम्ही सगळ्या गुरुजींची मिरवणूक काढली असती. होय ना रे बंड्या? बंड्याला तर दर वर्षी कॉपी केल्याबद्दल पकडतात.

**बंड्या** : पण वडलांची चिठ्ठी आल्यावर मुकाट्यानं सोडून देतात.

**गुरुजी** : शु:! हां, आता आलं लक्षात. (हळूच) हेडमास्तरांची बदली झाली असेल, होय ना?

**चौथा** : छट्! माझे मामा नेहमी सांगतात, फक्त चांगल्या माणसांची बदली होते. उगीच वाटेल त्याच्या बदल्या होत नाहीत.

**गुरुजी** : मग हरलो बुवा आपण. तुम्हीच सांगा.

**पहिला** : सर, सध्या आंतरशालेय सामने सुरू आहेत ना जिल्ह्याच्या गावी, आपल्या शाळेनंपण पुष्कळ स्पर्धांत भाग घेतला आहे.

**गुरुजी** : होय, ते माझ्या कानावर आहे. आपले बरेच गुरुजी 'कोच' म्हणून शाळेच्या खर्चानं तिथे गेले आहेत. त्याचं काय?

**दुसरा** : बहुतेक स्पर्धांत आपण नेहमीप्रमाणे हग्या मार खाल्ला. पण तीन पायांच्या शर्यतीत आपला तिसरा नंबर लागला. उत्तेजनार्थ पारितोषिक का काय म्हणतात ते मिळालं.

**तिसरा** : म्हणून सगळ्या शाळेत आज नुसता जल्लोष चालू आहे. हेडमास्तरांनी अकरा रुपयांचं बक्षीस जाहीर केलं आहे. काही विद्यार्थी तर त्यांच्याकडे जाऊन एक दिवसाची सुट्टीपण मागणार आहेत.

**गुरुजी** : सुट्टी मिळायलाच पाहिजे मुलांनो! खरोखरीच मन उचंबळून टाकणारी ही बातमी आहे. तिसरं का होईना, पण आपल्याला पारितोषिक मिळतं म्हणजे काय चेष्टा आहे? बंड्या, तुझं काय म्हणणं आहे? तुलापण आनंद झाला ना?

**बंड्या** : झाला ना सर! पण माझे वडील म्हणत होते, "अरे तुझ्या शाळेचं काय घेऊन बसलास? सबंध देशानं आनंदोत्सव केला पाहिजे. आपल्या लव्हेंडर फेसनं टेनिसमध्ये ब्रॉंझ पदक मिळविलं. ऑलिम्पिक स्पर्धेत अटलांटा का कुठेतरी."

**गुरुजी** : लव्हेंडर फेस नव्हे रे, लिॲंडर पेस. नाव तरी नीट लक्षात ठेवत जा.

**पहिला** : पण बाकीच्या कुठल्याच खेळात आपला नंबर नाही लागला. मग इथंच असं कसं झालं?

**दुसरा** : पण लिॲंडरनं तरी असं विचित्र वर्तन का केलं? आपल्या इतर सगळ्या खेळाडूंचं त्यानं अनुकरण करायला नको होतं का?

**गुरुजी** : अरे घोटाळा काय झाला. त्याच्या वडलांनीपण असंच ब्रॉंझ पदक मिळविलं होतं ना मागं. त्यामुळे त्यालाही वाटलं असणार, आपणपण असंच पदक मिळवावं. वडलांनी त्याच्या मनात काहीतरी भरवून दिलं असणार. दुसरं काय!

**पहिला** : माझे मामा म्हणत होते, आपल्या खेळाडूंनी अगदीच निराशाजनक कामगिरी केली. जिद्दच नाही कसली. ते आपापसातच भांडाभांडी करीत होते म्हणे.

**तिसरा** : ती प्रेटी उषा.

**गुरुजी** : प्रेटी नाही रे बाबा. पी. टी. उषा. तिचं काय?

**तिसरा** : हा, पी. टी. उषा अन् दुसरी ती शायनी विल्सन. त्यांचंपण पटत नव्हतं म्हणे एकमेकींत.

**गुरुजी** : तुला रे काय माहीत या भानगडी? नाही ते उद्योग करू नकोस.

**तिसरा** : वर्तमानपत्रात आलंय ना सगळं गुरुजी. आमच्या काकांनीच परवा वाचून दाखविलं. ते म्हणाले, 'भाऊबंदकी' हा आपला राष्ट्रीय सद्गुण आहे.

**गुरुजी** : ही भाऊबंदकी नव्हे मग. 'बहीणबंदकी' म्हणायची याला.

**पहिला** : पण गुरुजी, एक कोडं काही मला सुटत नाही.

**गुरुजी** : कसलं कोडं?

**पहिला** : इतक्या लहान लहान देशांना सुवर्णपदकं मिळाली. आपला देश तर पहिल्यापासून महान ना?

**गुरुजी** : तर! मेरा भारत महान असं आपण म्हणतोच.

**पहिला** : मग आपल्याला एखादं सुवर्णपदक तरी का नाही मिळालं?

**दुसरा** : अरे, तिथंपण वशिलेबाजी असणार आपल्यासारखी.

**गुरुजी** : तसं काही अजून ऐकू आलं नाही. मला वाटतं, आपला देश महान आहे म्हणून खेळाडूंची संख्याही महान असते. कुणाला निवडायचं असा मोठा प्रश्न असतो. त्यामुळे खेळाच्या सरावापेक्षा या वाटाघाटीतच आपला वेळ जास्त जातो. त्यातून आपल्याकडे वशिला नावाचं एक शेपूट असतंच. ज्याला हे शेपूट चिकटतं त्याची निवड होते.

**तिसरा** : माझे पत्रकार काका म्हणत होते की, काही वेळेला चुकून चांगल्या लायक खेळाडूंचीपण निवड होते आपल्याकडे.

**चौथा** : गुरुजी, मला वाटतं, यापुढे आपला देशपण थोडा लहान झाला पाहिजे. म्हणजे आपल्याला पदकंच पदकं मिळतील. अगदी रामबाण उपाय आहे.

**गुरुजी** : अगदी बरोबर! आपले राजकीय नेते त्या खटाटोपातच आहेत. पूर्वी आपला अखंड भारत होता. कॉंग्रेसच्या पुढाऱ्यांनी बहुधा या स्तुत्य हेतूनंच फाळणीला मान्यता दिली असावी. म्हणून पाकिस्तान निर्माण झालं अन् आपला देश जरा कमी महान झाला. आता कदाचित काश्मीर आपल्या हातून निसटण्याचा संभव आहे. मग काय, देश आणखीनच कमी महान होईल.

**तिसरा** : माझे काका म्हणाले, "ईशान्य भारतात बोडो वगैरे टोळ्यांची भारतातून फुटून निघायची चळवळ जोरात आहे."

**पहिला** : तसं झालं तर आपला देश आणखी लहान होईल. होय ना सर?

**गुरुजी** : करेक्ट! शिवाय स्वतंत्र द्रविडीस्तानची मागणी जुनीच आहे. केरळमधल्या

**मेरा भारत 'लहान' झालाच पाहिजे! । ११७**

मुसलमानांनीपण आपली बहुसंख्या असलेला मल्लामपूरम जिल्हा निर्माण केलाच आहे. तोही उद्या फुटून निघाला तर आणखीन मौज होईल. पुन्हा देश लहान!

**बंड्या** : माझे वडील परवा म्हणाले, भाजपचं केंद्रातलं सरकार पडलं हे फार छान झालं. कारण भाजपचं देशात शासन आलं तर आम्हाला भारतात राहायचं का नाही याचा विचार करावा लागेल, असं पश्चिम बंगालचे मुख्यमंत्री ज्योती बसूच एकदा म्हणाले होते.

**पहिला** : मग काय? आणखीन देश लहान, सुवर्णपदकाकडं नक्की आपली वाटचाल होणार! (सर्व जण टाळ्या वाजवितात.)

**गुरुजी** : अगदी बरोबर! असा असा आपला देश एकदाचा झटुकला पिटुकला झाला म्हणजे आपल्या सध्याच्या अडचणी दूर होतील. चांगल्या खेळाडूंना वशिला न लावता संधी मिळेल. मग काय, सुवर्णपदकंच सुवर्णपदकं! या महान दिवसाची आपण वाट पाहू या. तोपर्यंत आपण आपल्या अभ्यासाकडे वळायचं का? काढा पुस्तकं!

◆

www.ingramcontent.com/pod-product-compliance
Lightning Source LLC
Chambersburg PA
CBHW060823250626
47162CB00005B/1920
* 9 7 8 8 1 8 4 9 8 2 3 2 9 *